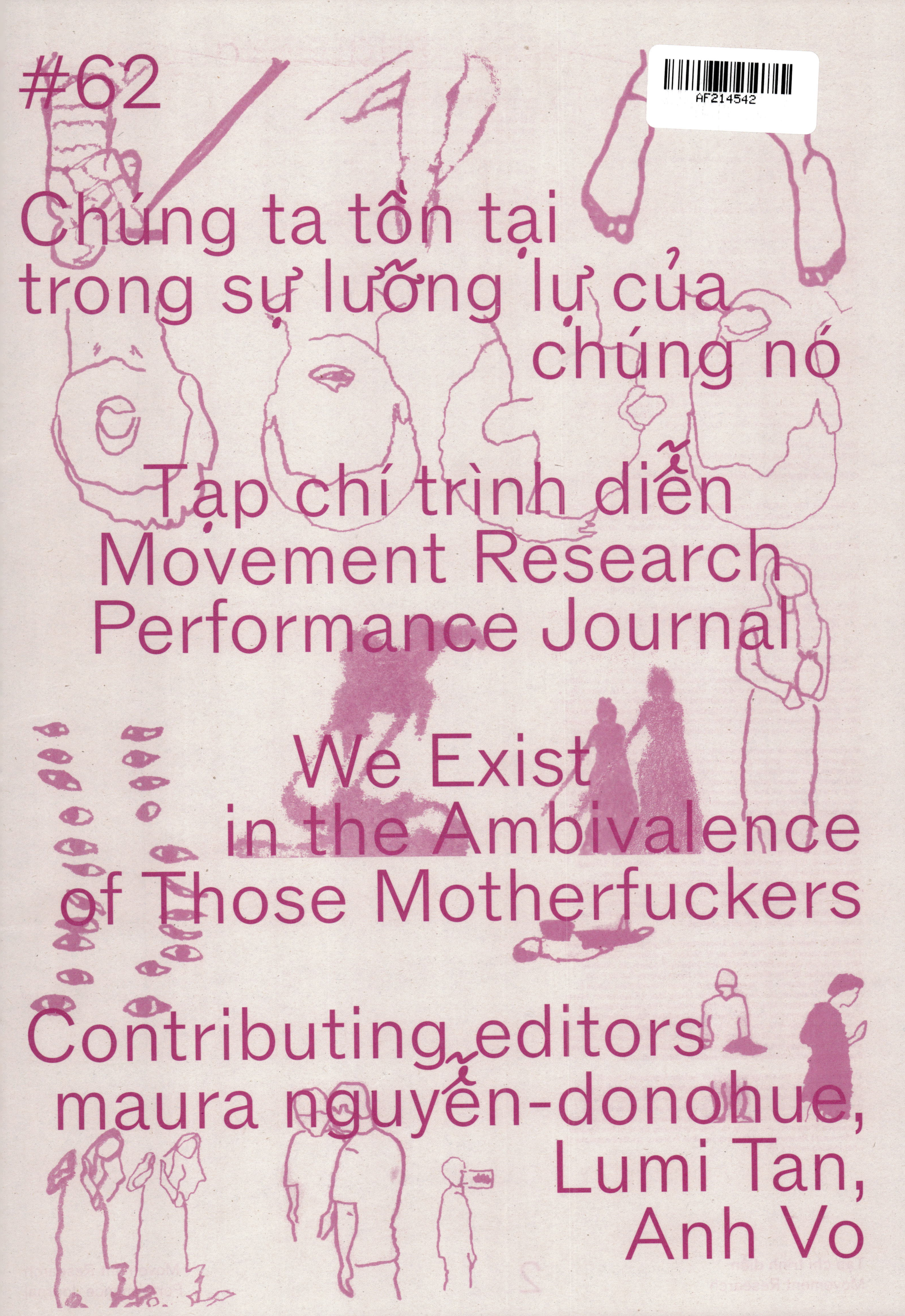

#62

Chúng ta tồn tại
trong sự lưỡng lự của
chúng nó

Tạp chí trình diễn
Movement Research
Performance Journal

We Exist
in the Ambivalence
of Those Motherfuckers

Contributing editors
maura nguyễn-donohue,
Lumi Tan,
Anh Vo

Movement Research
Performance Journal
#62, Autumn 2025/Winter 2026

Published by
Movement Research, Inc.
150 First Avenue
New York, NY 10009
212.598.0551
www.movementresearch.org
info@movementresearch.org

MRPJ 62 EDITORIAL TEAM:
Contributing Editors: maura nguyễn-donohue, Lumi Tan, Anh Vo
Editor in Chief: Joshua Lubin-Levy
Managing Editor: John Arthur Peetz
Editorial Assistant: Nicole Bradbury
Copy Editor: Edwin Nasr
Design: spreeeng (John Philip Sage and Carlos Romo-Melgar)

MOVEMENT RESEARCH STAFF
Executive Director: Barbara Bryan
Director of Artist Programs: Marýa Wethers
Director of Education and Pedagogy: Amanda Loulaki
A.M.P Residency Director: Kayla Hamilton
Director of MR@Judson: Martita Abril
Programs & Events Manager: Leah Fournier
Classes and Workshop Associate: Julia Antinozzi
Programs and Events Associate: Anaís Gómez
Artists of Color Council Coordinator: Jelani Taylor
Media and Communications Coordinator: K May Paz Suarez
Communications Coordinator: Katherine De La Cruz
Senior Manager of Finance and Administration Amanda Stambrosky
Operations Manager: Raychel Ceciro
Operations and Finance Associate: Justine Florence
Development Manager: Elle Cherry
Interns at the time of printing: Estefania Castaño AKA Jugo Rosa,
    Yining Chi, Alex DiCastro, Willow Green, Meg Hasou, Olivia Kick,
    Palinee (Rose) Maskati, Lucienne Parker, Oska Renee, Ana Teresa
    Rodriguez, Annabelle Stern, Liz Westbrook

MR/PUBLISHING
Performance Journal: Joshua Lubin-Levy, John Arthur Peetz,
    Nicole Bradbury

Critical Correspondence: Londs Reuter, Taka Yamamoto

BOARD OF DIRECTORS: Kevin Beasley, Barbara Bryan, Yanira Castro,
    Adrienne Edwards, Stephen Facey, Ishmael Houston-Jones, André
    Lepecki, Sarah Michelson, Kay Takeda, Edisa Weeks, Cathy Weis

ARTISTS OF COLOR COUNCIL: Megan Curet, Rebecca Gual, Shawn
    Rawls, Nami Yamamoto, Imani Rameses, Kayva Yang

ACCESSIBILITY ADVISORY TEAM: Kiera Bono, Pelenakeke (Keke) Bono,
    Anna Gichan, Kayla Hamilton, Alejandra Ospina, Ogemdi Ude

ADVISORY BOARD: Wendell Beavers, David Dorfman, Simone Forti,
    Cynthia Hedstrom, Bill T. Jones, Daniel Lepkoff, Mary Overlie*, Steve
    Paxton, Yvonne Rainer, Jim Staley
    *In memoriam

ABOUT MOVEMENT RESEARCH
Movement Research is one of the world's leading laboratories for the
investigation of dance and movement-based forms. Valuing the individual
artist, their creative process and their vital role within society, Movement
Research is dedicated to the creation and implementation of free and low-
cost programs that nurture and instigate discourse and experimentation.
Movement Research strives to reflect the cultural, political and economic
diversity of its moving community, including artists and audiences alike.

Movement Research accomplishes its mission through a range of
programs including ongoing classes and workshops taught by artist
educators and innovators; creative residencies offered for choreographers
and movement-based artists; festivals bringing together leaders in the
field; and publications and public events providing artists with forums for
discourse on a broad range of issues. For more information, please visit
www.movementresearch.org.

ACKNOWLEDGEMENTS
Movement Research gratefully acknowledges public support from the
New York City Department of Cultural Affairs in partnership with the
City Council; City Council Member Carlina Rivera; Manhattan Borough
President Gale Brewer's Manhattan Community Award Program;
Materials for the Arts (a program of NYC Department of Cultural Affairs,
NYC Department of Sanitation, and NYC Department of Education);
The New York State Council on the Arts with the support of the Office
of the Governor and the New York State Legislature; and the National
Endowment for the Arts (a federal agency).

Movement Research gratefully acknowledges the generous contributions
of private support from The Andrew W. Mellon Foundation; Dance/NYC's
New York City Dance Rehearsal Space Subsidy Program, an initiative
made possible by The Mellon Foundation; Davis Dauray Family Fund;
Harkness Foundation for Dance; Howard Gilman Foundation; James E.
Robison Foundation; Jerome Foundation; Marta Heflin Foundation; Mertz
Gilmore Foundation; Mid Atlantic Arts Foundation Regional Resilience
Fund; NYU Community Fund; Robert Rauschenberg Foundation; Ruth
Foundation for the Arts; and Trust for Mutual Understanding. Movement
Research is a member of Coalition of Small Arts NYC. Movement Research
also acknowledges the individual donors and dear Friends of Movement
Research, who contribute financial, support, labor, and love.

Thanks always to the clergy and staff of Judson Memorial Church.
Judson Memorial Church continues to be a beacon for free spirits in the
arts and politics, and a leader among progressive faith communities in
the city and nation for over 100 years. Enormous gratitude to Frances
Alenikoff (1920-2012), founder of Eden's Expressway, and to her daughter
Francesca Rheannon and family, for their continuing belief in the mission
of Movement Research and for keeping alive Frances' spirited example of
what lifelong artistry is.

SUBSCRIBE
Visit www.mrpj.org/subscribe to get access to our growing catalog of more
than 60 issues featuring 1300 articles by 800 contributors online and in
their original layout as PDFs. Subscribers also get access to early online
releases, print editions, and more.

To purchase print issues from the back catalog visit www.
movementresearch.org/performance_journal/

DONATE
Movement Research, Inc. is a not-for-profit 501(c)3 tax-exempt
organization. Tax deductible donations are greatly appreciated and can be
made Online at www.movementresearch.org;
or by Texting "GIVE2MR" to 44-321; or by Mailing a check to Movement
Research, 150 First Ave, New York, NY 10009.

ADVERTISE
Movement Research Performance Journal is made possible through
the generous support of MRPJ donors, advertisers and subscribers. To
advertise in the MRPJ, email performancejournal@movementresearch.org

To contact the journal's editorial team please email
mrpjeditors@movementresearch.org

Our takeover of the 62nd issue of *Movement Research Performance Journal* is being released in tandem with *We Exist in the Ambivalence of Those Motherfuckers*, a program at Performance Space New York in January and February 2026 that invites four artists from Vietnam—Lại Diệu Hà, Vũ Đức Toàn, Nhi Lê, Đoàn Thanh Toàn—to be in residence and develop new performances. When we first gathered in summer 2024 around the vague idea of organizing a performance symposium addressing the fiftieth anniversary of the so-called 'end' of the Vietnam War in April of the following year, the project bore little resemblance to its present form. At the time, this definitive historical marker served as an opening for a broader reckoning with how war does not end but continues to live on in everyone, everywhere, like ambient weather. This understanding sharpened in real time as students across American campuses protested Israel's genocide in Gaza, reactivating the anti-war movements forged in response to the United States' destruction of Vietnam in the 1960s and 1970s.

In January 2025, our thinking shifted after moving between Hanoi and Saigon, which was less of a formal research trip than a deliberate overlap of our individual trajectories. We were already moving between Vietnam and the United States, be it on sabbatical, on separate research paths, or on returns that were personal as much as professional. Out of this calculated chance, we chose to follow the lead of the artists we encountered there—three generations of performers working under unpredictable pressures of socio-economic upheaval and cultural censorship. While a publication to accompany the residency program was always part of the plan, the question became more urgent: If only a few artists could travel to New York, what context would be missing and what history were we—in various positions of outsider-ness— responsible for communicating?

We are neither approaching what is missing with paranoia nor with a compulsive desire to make a comprehensive survey of experimental Vietnamese performance. Here, absence has a material presence; it carves out a poetic space for intuition, an invitation to inquiry rather than a mandate to identify and fill gaps. This methodological orientation reflects the historical conditions under which many performances in Vietnam circulate. They are often sparsely documented, if at all, and their afterlives persist through stories and gossip, not stable archival records. Our research process attends to these fragments and hearsay, and to the impossibility of holding these relationships, spaces, or events in any fixed moment. This journal began with a diasporic ambition to do an intergenerational project that would center Vietnamese, in lieu of Vietnamese-American, practices. Resisting the impulse of simply bringing 'Vietnam' here, we hope to center the conversation and the time conversations take to build, as well as to ask: What are we actually in conversation with and what might the future hold in response?

This project itself begins mid-gesture. It picks up traces laid down through maura's earlier exchanges with performance makers in Vietnam during *The Mekong Project* (2001-2005), organized by Dance

Theater Workshop and funded primarily by the Rockefeller Founda-tion. It was a period of intensive relationship-building that unfolded in the wake of Đổi Mới (literally translated as "Changing New"), the 1986 open-door reforms that initiated Vietnam's shift toward a mar-ket economy and international integration. The early 2000s carried a palpable sense of creative possibility, aligned with the country's focus on economic progress. Experimental performance in Vietnam was thriving in this moment, in part because the ephemeral quality of liveness promises a sense of freedom—from the two-dimensional frame of the visual arts and, more critically, from state bureaucracy, censorship, and nationalist aesthetic mandates.

Two decades later, what once felt like an explosive moment of possibility did not unfold into a steady expansion of creative risk-taking. Instead, artists now work within an environment shaped by intensified surveillance and the withdrawal of international funding that once fueled local experimentation. Under these conditions, experimental performance becomes increasingly fugitive, circulating through decentralized underground networks with no sustainable infrastructure.

Working amid these conditions required an approach less concerned with visibility than with how information might be received, held, and carried forward. If the residencies at Performance Space New York are at the core of the project, what you are holding is one part of the broader effort to activate an entire ecosystem of programming around them. Ahead of the four artists' arrival in January 2026, we worked to prepare a community to receive them—not only as an audience but as thought partners, peers, and kindred accomplices in the fight for curiosity, renegade imaginations, and free expression. Through conversations, presentations, screenings, and writings across multiple sites around the city, this project has unfolded as a many-limbed process, shaped as much by quiet exchanges as by public-facing events.

This issue is a tangible document that allows readers and audiences to connect with the constellations of experiences and perspectives from which the visiting artists have built their practices. We invited twenty-one Vietnamese artists, curators, and organizers engaged in experimental performance to contribute reflections on their own work, on historical spaces, performances, and events, or on present concerns. The issue is organized into four sections, structured by a loose sense of temporality and a light relationship to geography. These are not fixed categories or authoritative frames, but provisional groupings that give shape to our own ever-evolving research process, moving across decades and diasporas. This collection of texts was built relationally, curated and edited in kinship. It emerges from an abundant manifestation of *duyên*, the Vietnamese belief in fated affinity, where destiny, serendipity, and non-attachment do not promise ease necessarily, but allow for flow and connection. We refuse historical authority, and instead choose to operate in the realms of memory and embodiment. You will neither find a glossary nor appendices for the contributors' references.

Some notes on translation: Vietnamese is a tonal language, in which a single word can hold several distinct meanings. Unlike neighboring countries, it uses a Romanized alphabet but does not mark tenses, placing translations through multivalenced refractions of meaning and requiring events to be understood through broader relational contexts rather than fixed linear timelines. Certain pieces were written only in English, as many of the terms related to performance, avant-garde practices, and experimentation were, and continue to be, imports without Vietnamese equivalents. The language one uses to think through concepts reveals not only paths of migration and transmission, but also hierarchies of value that determine what kind of responses are possible.

We invite readers to engage with this issue as a contingent mid-point, bearing the imprints of developing relationships and partial encounters, and open to being taken up and reworked elsewhere. We are grateful for the thought partners of the MRPJ editors, Joshua Lubin-Levy, John Arthur Peetz, and Nicole Bradbury, and John Philip Sage and Carlos Romo-Melgar of spreeeng design, who have embraced and steered the complexities of the process and each individual piece with attention, sensitivity, and ingenuity.

maura nguyễn-donohue, Lumi Tan, Anh Vo

What began as a project responding to the fiftieth anniversary of the 'end'[1] of the Vietnam War became a project of inhabiting the *Movement Research Performance Journal (MRPJ)* from within the landscape of contemporary Vietnamese performance art. The result, Issue #62, is a window onto a community of insiders who reflect a set of concerns, questions, historical trajectories, and aesthetic legacies that differ from what has more often been foregrounded in our U.S./New York City-centric publication. Like other documents of this kind, which endeavor to portray a performance scene that will be foreign to many readers, the texts from this group of intergenerational, contemporary artists demonstrate a careful navigation of the dialectics of inside and outside, self and other, performer and audience, seeing and being seen, that informs every exchange across cultural difference. The texts are also not monolithic, suggesting a range of relations to the Vietnam of the past and present, from within Vietnam's national borders and among the diaspora. Especially for contributors living and working in Vietnam, writing has also been a practice of choreographing words within a political landscape where to speak publicly, in itself, is a performance of negotiated risk. Embracing the complexities of these differing positions has been the focus of our editorial process—one that has asked the editorial team to embrace the limits of our own knowledge, to recognize we will not be able to recognize all valences others may discover in these texts, and not to edit these layers out of the works that follow this introductory letter.

1. With scare quotes to index the interminable way war resonates long after any supposed conclusion.

But this issue is as much about creating a portrait, albeit incomplete, of the contemporary landscape of Vietnamese performance art as it is about creating a document of resistance to such cultural tourism. On the one hand, Issue #62's focus on Vietnam contributes to a broader project of breaking with Western hegemony that has dominated discourse on contemporary dance and performance. At the same time, it is an issue that acknowledges how those hegemonies have not simply been refused, but taken up and transformed by generations of artists living and working in the wake of the Western Empire.

The urgency of putting together this issue today is even more pronounced when one considers the context we're working in here in the U.S.—a growing retrenchment of national borders alongside a resurgent Imperialism determined to at once shut the borders at home while violating those abroad. In this moment, I find myself at a loss for words. Not simply because every day seems to bring a different atrocity—but also, because so much of the politics of thinking contemporary dance in a global context that I've studied has been written in the wake of the U.S. state's weaponization of dance to advance capitalist ideology under the auspices of cultural democracy in the mid-twentieth century. Knowing how readily art is conscripted by the state, Issue #62 turns to these performers for their acuity in orienting the reader to the ambivalence—which is to say, an unresolved complexity—of the past, the present, and what comes after, folded together as it is in what we call contemporary.

— Joshua Lubin-Levy

Design Notes of Issue #62

For Issue #62 of *Movement Research Performance Journal*, we continue our research into choreographing reading by proposing a new set of paratextual gestures that attend to questions of territory, voice, and address. Understanding the journal as a space of rehearsal, the design of this issue attempts to present the page as a negotiated territory between languages, translation and tone.

The design of Issue 62 foregrounds the page as a spatial and political infrastructure. The placement of folios shifts vertically throughout the journal, functioning as border zones, renegotiating the spaces of each spread. These movements introduce a tension between inside and outside, host and guest, centre and margin. This proposition becomes particularly charged in relation to writing produced under censorship, exposing it in the same place it is challenged, while addressing an outsider readership. The layout holds these simultaneous conditions together, allowing multiple realities to coexist on the page.

Language and orality are central to this inquiry. Vietnamese, as a language with a strong oral tradition, does not mark tense through verb conjugation, relying instead on context and aspect to situate time. This allows past and present to remain relational rather than fixed, requiring meaning to emerge through attention, tone, and inference. These qualities become visible in two primary ways. First, through *oral interjections*, where shifts in type size and tracking register moments of whispering, loudness, or shouting within the text. These oral interjections interrupt the visual rhythm of the page, making vocal intensity legible. As noted by the contributing editors of the issue, shouting suggests here a rejection of censorship against silencing. This approach resonates with Nora Turato's articulation of language as operating on multiple levels. As she notes, 'Much of our communication is not made by the words themselves, but by what we gather from tone, from body language, from facial expressions. We read into words and interpret them through our bodies. There is another layer to language, like its subconscious, the underbelly of language, and how much we actually breathe from there with our bodies, how much is gut feeling.' The design attends to this affective layer, allowing tone, rhythm, and volume to shape how meaning is produced and received.

Second, orality also surfaces through the treatment of diacritics. Vietnamese diacritics are drawn by hand throughout the issue, foregrounding both their expressive function and their frequent absence in contemporary typefaces. This absence points to a broader colonial legacy embedded within typographic infrastructures. Although Vietnamese uses the Latin alphabet, its full tonal and phonetic range is often unsupported or marginalised by Western type design conventions. Rendering diacritics manually becomes a way of reclaiming linguistic specificity and resisting typographic erasure.

ạ Ả ả Ấ ấ Ẩ ẩ Ẫ ẫ Ẵ ẳ Ậ ậ Ắ ắ Ẳ
ẳ Ẵ ẵ Ẫ ẫ Ă ặ Ẹ ẹ Ẻ ẻ Ẽ ẽ Ắ ế Ề
ề Ế ể Ễ ễ Ệ ệ Ỉ ỉ Ị ị Ọ ọ Ỏ ỏ Ố ố
Ổ ổ Ồ ồ Ỗ ỗ Ộ ộ Ớ ớ Ờ ờ Ở ở Ỡ
ỡ Ợ ợ Ụ ụ Ủ ủ Ứ ứ Ừ ừ Ử ử Ữ ữ

Finally, colour operates as another paratextual layer. The use of purple ink references the history of mimeograph printing, widely used during the 1960s and closely associated with antiwar publishing during the Vietnam War. The purple and bluish inks of the mimeograph were both economical and politically charged, so much so that in Spain the process became colloquially known as "the Vietnamese press." This material reference aligns the design with a lineage of improvised, collective, and resistant forms of dissemination.

Across Issue #62, design functions as a practice of positioning. The page enforces structure as much as it records dissent, and at times speaks back. Reading becomes a choreographic act shaped by borders, tonal shifts, and material memory. Rather than resolving these tensions, the design stays with them, treating the journal as a space where language, politics, and form remain in active relation.

1. Nora Turato, interview in *Re-Materialization of Language, 1978–2022*, ed. Cristiana Perrella and Andrea Viliani, with Vittoria Pavesi (Rome: NERO Editions, 2024), 210.

#62 *We Exist in the Ambivalence of those Motherfuckers*

Vũ Đức Toàn
Translated by Anh Vo

What is often considered the first performance art event in Vietnam, *Văn Miếu Event* (1997) by Nguyễn Văn Tiến and Trần Anh Quân, was staged in a public space, the Temple of Literature in Hanoi, a well-known historical site with a complex cultural legacy. It was an arguably showy performance that thrived on controversies, so much so that after almost three decades, people in the field only reference it because it was the first of its kind. No one really bothers to recall what the artists actually did. There is a tendency, a kind of cultural inertia, to regard 'firsts' as inherently important. Sometimes, that importance can prove itself to be meaningless. On one side of the Temple of Literature, where the neatly arranged rows of trees and trimmed lawns stand, two artists played with colors in a careless, unruly way, producing hues that scream and contort with a superficial sense of rebellion. What does that fake blood color mean, other than the artists' desire to show that they are trying to depict real blood with paint? In the end, what remains is a battlefield of paint, canvas, and splatter—anything can be hung up, just to fill out the empty space with more emptiness. The artists tied themselves up, and a few people exclaimed,

"Oh, freedom!"

There was another performance that was not considered a first, but was still rather significant. It took place within the conservative and outdated environment of the Vietnam University of Fine Arts. In 1995, Amanda Heng worked with a group of students, and they staged a performance right there in the classroom. Everything gathered around

simple acts and bodily presence.

The materials were ordinary, drawn from the space itself: desks, chairs, chalks, tapes, all accompanying the gestures that the participants performed that day. It opened up new ways of seeing, ones that did not have to manifest through loud, bizarre, or shocking gestures, as some of the early skeptics of this new art form had assumed.

Despite this early guerrilla spirit, many performance art events in Vietnam took place at a few familiar venues, such as the Nhà Sàn Studio, which became a cradle for many performance artists later on. Then there were the foreign cultural centers belonging to Germany, France,

TUẤN LỄ LUỒN LÁCH 2007

Tác giả Vũ Đức Toàn

[...]
Trong bối cảnh chung của nghệ thuật đương đại Việt Nam lúc đó, chúng ta đang nói đến một dự án nghệ thuật trình diễn với những tính chất khá đặc biệt. Nó cũng nằm ở một quãng thời gian đặc biệt, khi nó là quãng ghi nhận một sự thanh lọc nhất định từ lứa thế hệ đi trước (thế hệ bắt đầu được tiếp xúc với nghệ thuật trình diễn ở Việt Nam). Có sự thanh lọc hay sự tự thanh lọc là khi chúng ta nhận ra

sự phổ cập đại trà tất cả các hình thức , các bộ môn thông dụng của nghệ thuật đương đại tràn vào. Lứa thế hệ đầu là lứa vừa tiếp nhận vừa quảng bá và truyền đạt gần như tức thì. Các thế hệ này họ sẽ trải qua hầu hết mọi thực hành từ trình diễn, sắp đặt, video art,... ai ai cũng vậy và gần như không có ngoại lệ. Nhưng cơn gió qua đi sẽ có một sự thanh lọc xảy ra. Không phải ai cũng cần phải làm giỏi từng ấy thứ và phải yêu thích từng ấy thứ. Đặc biệt với nghệ thuật trình diễn, sẽ có nhiều

Japan, and the UK, and others that fostered international exchange. The first international performance art event in Vietnam, *Lim Dim*, was also held in 2004 across a number of such spaces as the Goethe-Institut, Ryllega Gallery, Bến Bạc, and VCX Farm in Hòa Bình. In 2010, the first edition of *In:Act*, an international performance art festival, was held at Nhà Sàn Studio. Since then, it has become one of the most consistent and enduring gatherings of within Vietnam's contemporary art scene (the most recent *In:Act*, its 13th edition, took place in 2022 at Á Space). In 2015, the event *From – To* marked a memorable season of performance art, serving as the inaugural program for Nhà Sàn Collective at Hanoi Creative City, while its format posed a new kind of conceptual challenge for artists: to remain constantly present throughout a performance moving from one place to another place. It introduced a durational process, anchored by a predetermined starting point, with the journey itself bearing witness to everything unfolding between "to" and "from". In recent years, Hanoi's performance art scene has grown even more diverse, notably with *Ping Pong*, an international performance art event organized by APD Art Center, which has become a sustained and significant platform for performance art in the city.

In the broader context of contemporary art in Vietnam, *Sneaky Week* (2007) stands out as a distinct performance art project that occurred during a specific period. At the time, there was a certain filtration from the previous generation of practitioners who were the first in Vietnam to use performance art as a medium. The process of filtration (more precisely, self-filtration) can be situated amidst the flooding into Vietnam of various forms, methods, and media of contemporary art in the 1990s. The first generation of artists to confront the flood had to receive this new information and, at the same time, practice and communicate it. There were no exceptions. Everyone had to go through almost every medium—performance, installation, video art, etc. However, not everyone had to excel at or love all of these mediums. Especially with performance, many people experimented with it only a few times to understand its nature, but found they were more suited to and specialized in other mediums. Only after this initial process did a tiny number of Vietnamese performance artists emerge who placed performance as the core medium of their practice. This lack of practitioners provided an important background for my younger generation as we began to focus on performance art. Crowds and controversies generated initial curiosity, but did not have real efficacy for the people who wanted to learn something from performance. Once again, a wave of young artists began creating performances but this trend decreased over time, leaving only a few who truly loved and were suited for it. During that period, performance art existed mainly in the form of public programming events. It often happened in the evening at some cultural centers or specific art spaces. It was difficult to shift this convention and format. Objectively speaking, these opportunities meant that the way things were unfolding for contemporary performance art were already quite good. Yet, for the

người chỉ trải qua 1 vài lần cho biết nó là thứ như vậy. Nhưng họ sẽ hợp và chuyên cho những thứ khác. Khi đó chúng ta dần thấy mờ mờ 1 lượng ít ỏi những tác giả trình diễn (các nghệ sĩ đặt thực hành trình diễn như một bộ môn chính trong thực hành của mình). Chính số lượng ít ỏi này mới là nhân tố quan trọng để lớp trẻ như chúng tôi nhìn vào khi mới bắt đầu thực sự quan tâm đến nghệ thuật trình diễn. Số đông và sự kiện ồn ào chỉ tạo ra sự tò mò ban đầu chứ nó không có hiệu lực thực sự cho những người muốn tìm đến để học cái gì đó từ nó. Tràn qua một lớp sẽ rất nhiều nghệ sĩ trẻ bắt đầu làm trình diễn rồi sau đó giảm dần và chỉ còn lại một số người thực sự yêu nó và hợp với nó. Thời kỳ đó nghệ thuật trình diễn cũng như bao hoạt động khác đều tồn tại ở một dạng sự kiện là chính. Nó sẽ thường diễn ra vào buổi tối sự kiện ở trung tâm văn hóa nghệ thuật nào đó hoặc một không gian nghệ thuật nào đó. Rất khó để lay chuyển được thông lệ này cũng như thể thức và cấu trúc của sự kiện nghệ thuật. Nhưng khách quan mà nói thì thời điểm đó diễn ra như vậy cũng là tốt lắm rồi. Nhưng thời nào cũng có những người can đảm để thấy rằng tốt như vậy là chưa đủ.

[...]

good is still not enough.

Phạm Đức Tùng is a remarkable peer artist. In 2006, Tùng and I had just attended the 14th International Performance Art Conference in Da Lat, where we witnessed a diversity of artistic methods and approaches from around the world. Upon returning to Hanoi, with a free spirit and an innate courage, Tùng almost immediately started nurturing the idea of creating a performance art project that would take place in public spaces, rather than relying on familiar venues like cultural centers or art galleries. The project soon became *Sneaky Week*. Why the name? Simply because of the censorship system in Vietnam. It would be too troublesome to go through the process of asking for permits from the government. It did not have to be an art event. And if it were to take place in public spaces, then the artist would have to know how to sneak around the policing structure to make it happen. The familiar event format usually concentrated on one evening, but we planned to sustain one long breath so that the performances could be dispersed throughout the week. As young artists full of enthusiasm, we mobilized very quickly under the banner of Phạm Đức Tùng. His ambition was not limited to Hanoi where we lived, but spread throughout northern, central, and southern Vietnam. Around thirty young artists participated, and the project extended beyond the confine of a single week.

The key point to understand is that our goal was not to organize performances in public space as opposed to cultural institutions. In order for *Sneaky Week* to actualize, there could be no events.

Each artist could perform outside in a square, on the streets, in a shop, in nature, next to a train or bus station, in the park, or elsewhere,

as long as they were quiet and sneaky about it. No one could intentionally know that they were an audience member, aside from a possible photographer or videographer. That was the ideal. But in reality, a few artists did tell their friends and acquaintances about where their performances would take place. If unlucky, these friends and acquaintances would drag along their own friends and acquaintances.

Thời điểm đó với những nghệ sĩ trẻ như chúng tôi còn chưa được biết đến thuật ngữ site specific (biệt vị). Nhưng tôi tin rằng tính chất của nó không thể không có trong nhiều tác phẩm. Làm một thứ luồn lách và du kích ở không gian công cộng bạn phải có sự nhạy cảm với tính chất site specific là điều bắt buộc.

Tại sao chúng ta cần ưu tiên làm rõ điểm này, bởi đó là mấu chốt tạo nên sự khác biệt với những gì đang diễn ra ở bối cảnh nghệ thuật đương đại khá sôi động lúc đó. Có một số yếu tố là sự "hòa vào", "xen lẫn", "trà trộn" vào với quang cảnh đời sống bình thường để tạo nên những xung động nhỏ nhoi, thậm chí nhỏ đến mức

như thế không có gì xảy ra. Không có sự chiếu rọi nào cho nghệ sĩ. Những gì xảy ra tại hiện trường là không sẵn sàng dành cho một cộng đồng nghệ thuật như thường lệ. Không có cái gọi là người quan sát, người trong giới, người yêu nghệ thuật... mà ở đó chỉ có người ở đó, hoặc khách vãng lai, hoặc chính người đang trình diễn vãng lai ở đó trong khoảnh khắc đó. Không có ai cầm míc giới thiệu nghệ sĩ bắt đầu trình diễn và cũng không có tiếng vỗ tay từ ai khi trình diễn kết thúc. Tất cả nên có tinh thần gọn gàng để mau chóng rời khỏi hiện trường khi xong việc.

[…]

At that time, we were not, as young artists, familiar with the notion of site specificity. Yet, I firmly believe that site specificity was present in many performances. You had to develop a sensitivity to the site if you were to do something sneaky and guerrilla in public space.

We need to emphasize what we meant by sneakiness—it was *the* crucial distinction that set us apart from what was happening in the otherwise vibrant contemporary art scene. We were interested in the elements of blending in, intermingling, and infiltrating everyday life, generating tension so minor that it barely registered as anything. There was no spotlight for the artist. Whatever occurred at the site was not necessarily for the art community, per usual.

No spectators, no insiders, no art enthusiasts

—only those who happened to be there, who passed through, who may have performed, unknowingly, for a fleeting moment. There was no one with a microphone introducing the artist and announcing the start of a performance. There was also no applause when the performance ended. Everyone was to stay tidy and discreet, swiftly exiting the scene once the work was complete.

During the same period, right before or after *Sneaky Week*, there were a few events happening in public spaces. However, they were still the same type of art events that happened outdoors instead of inside. With *Sneaky Week*, after several weeks of sneaking around, all that was left were archival materials—videos and photos capturing what had occurred. Documentation always has its limitations—what was truly alive may never fully reveal itself. And in a way, art lives precisely through that impossibility, that inherent imperfection. It grows organically out of those gaps. Out of the hearsay, the whispered stories that something happened in that place, at that moment.

And isn't that, once again, the rare luxury of art? Even Phạm Đức Tùng himself knew very little about the performances that took place during the project. He could only access the same limited collection of documentation. Nevertheless, that was what felt alive, emerging in suspension over those several sneaking weeks. All of the documentation was later compiled and shown in a final screening. It was only then that people from the art scene and art lovers got to see what had transpired and how it all unfolded. Though ultimately, it merely fulfilled the task of displaying documentation. It fell short of what one might expect from a meaningful exhibition.

Sneaky Week remains an illuminating case study. In a few recent presentations, Trần Lương, a prominent figure in Vietnam's contemporary

Khi nhìn từ dự án sneaky week vẫn là một bài học hết sức sáng sủa cho những ai muốn nghiên cứu nó. Trong một vài thuyết trình gần đây của Trần Lương, một nhân vật gạo cội trong giới nghệ thuật đương đại Việt Nam, cũng có để cập đến một số điểm đang chú ý. Ví dụ, anh nói về hạn chế của không gian vật lý thường thấy của những art space hay gallerie hay dạng không gian white cube,... Theo Trần Lương đó là những không gian chết chóc không có hồn vía, ít tính lịch sử, và quá chung chung. Nhưng trên thực tế một câu hỏi quan trọng không kém là, nghệ sĩ trình diễn có sẵn sàng cho những không gian như vậy không? Đối với các nhân tôi thì đó không phải là lỗi của bản thân không gian đó mà là đòi hỏi đa dạng từ phía nghệ sĩ cần thêm những lý do, những nguồn cơn, những đặc thù để khám phá thêm những không gian tương thích và tùy biến cho nhiều ý tưởng nhiều dạng thực hành. Nó vẫn luôn tồn tại không gian sở trường cho ai đó. Điều hơi thiếu thực tế sẽ xảy ra khi một nghệ sĩ nào đó nói rằng: tôi đã quen với không gian sở trường là những không gian biệt vị và có những đặc thù về lịch sử, về bối cảnh. Nên tôi không biết phải làm gì với những không gian nghệ thuật rất chung chung với những tiện nghi na ná nhau. Đó là sự bó hẹp và thiếu khả năng thích nghi giống nhau của cả hai trường hợp "khảnh ăn".

art scene, has brought up some compelling observations. For instance, he critiques the limitation of the contemporary art space or gallery, the so-called 'white cube', as a form of lifeless and generic space without history, without soul. In addition, I believe another question must be asked: Are performance artists themselves prepared for such a space? To me, the issue lies not with the space itself, but instead with what each space demands of the artist who must look into their own motivations, desires, and particularities, to explore how each physical environment can correspond to and be adapted for various ideas and practices. The white cube can always be someone's natural habitat. What feels unrealistic is when an artist proclaims: "I am used to working site-specifically and responding to particular histories and contexts, so I do not know how to work with generic spaces." That statement demonstrates a narrow-mindedness and inadaptability, an either/or instance of 'picky eating'.

Some organizers, to avoid the difficulties of social realities, often retreat to remote locations with trees and nature, places that evoke a sense of meditation, easily connecting with the moon and the wind. This approach risks distancing the work from the vibrant pressures of real life. In contrast, Trần Lương supports approaches that do not avoid but instead confront places filled with unpredictable pressures, where organizers risk getting bruised and battered, where things are always on the verge of going wrong, where your heart pounds like a drum as the event unfolds. Such undertakings demand a heroic level of courage and integrity. If they do exist, they are exceedingly rare. *Sneaky Week* might be one of the few projects that is asymptotic to that ideal, but if I am fully honest, I do not believe it quite measures up to that level. Perhaps from the beginning, it was never intended to raise the flag of confrontation to do something edgy. To dare to do something modest is a kind of bravery in itself, refusing to let noise and spectacle compromise what needs to flow quietly beneath the surface. In that sense, being sneaky comes quite close to that ideal.

***

I will end this essay with a quote from a conversation that took place at the home of artist Huy An, right after we had just wrapped up a small workshop for a few artists. The person who asked us (Phuluc) was none other than Nguyễn Thị Diệp, a rising performance artist in Vietnam, who is also Huy An's wife. She asked us, "What really is the essence of performance art?" We replied with: "The truth. Something real has to happen inside the performance artist. If nothing truly happens from within, everything you do will feel shaky. And it shows, clearly, even from the outside."

Một ý nữa hướng sự phê phán vào việc lựa chọn nơi chốn tổ chức những sự kiện hoạt động nghệ thuật trình diễn. Đó là một số nhà tổ chức né tránh những khó khăn của hiện thực xã hội nên thường tìm về những nơi hẻo lánh, thiên nhiên cây cối, những nơi có thể gần với thiền, dễ kết nối với trăng với gió và đó là vấn đề xa rời sức ép sống động của cuộc sống này. Trần Lương luôn ủng hộ và đi theo cách thức không né tránh mà đối đầu. Đó là những nơi luôn đầy ắp những sức ép khó lường, những nơi mà tổ chức có thể sứt đầu mẻ chán, những nơi luôn sẵn sàng xảy ra chuyện những nơi mà tim bạn phải đập thình thịch khi nó diễn ra. Đó là những việc đòi hỏi bản lĩnh khí phách anh hùng và nó nếu có thật cũng là mức độ quý hiếm ít ỏi. Sneaky week may ra là dự án được tổ chức hiếm hoi có khả năng tiệm cận với mức độ lý tưởng đó và thật lòng với tham chiếu này tôi thấy nó chưa đạt được đẳng cấp như trên. Và dường như ngay từ đầu nó cũng nằm ngoài chủ đích dương cao ngọn cờ đương đầu phải làm thứ gì đó gai góc. Nhưng dám khiêm tốn cũng là một loại bản lĩnh, bản lĩnh của việc bạn không cho phép sự rùm beng làm tổn hại đến những thứ cần chảy âm ỉ. Và luôn lách là một thứ rất gần với lý tưởng đó.

[...]

Translator's Note: This paper, originally written in Vietnamese, uses a form often ascribed to official academic language around heritage. While the author has not specified it, one might assume that the paper is suited for use within a bureaucratic context, perhaps as part of a meeting with cultural officials. The author, however, is not a state official but an experimental musician with deep expertise in Vietnamese folk music. The appropriation of this language might thus be understood as a kind of performative gesture, a way of inhabiting the tone of authority. At the same time, it speaks to how a lot of artists in Vietnam survive and thrive by latching onto the economy of cultural heritage.

I. Introduction

I've been to the Long Biên Night Market countless times, and passed by countless of its stalls, but there is one sentence I remember clearly: "The night belongs to us. The day belongs to you." That line haunts me—as if there were another Hanoi, quiet and resilient, which only lives fully once the city has gone to sleep.

In the historical development of Vietnamese cities, markets have always played a central role, not only as places of exchange but also as sites of social life, collective memory, and cultural symbolism. As urban rhythms entered the post-industrial stage—marked by more flexible forms of labor, the extension of working hours, and the growing divides within the urban fabric—a new form of market gradually emerged and took root in the everyday practices of the people: the night market. Among them, the Long Biên Night Market, nestled beneath the venerable bridge of the same name, stands as a striking case of the quiet yet powerful presence of an 'everyday heritage' at the heart of Hanoi's modern metropolis.

Unlike cultural heritage recognized by the government or celebrated by UNESCO, the notion of everyday heritage points to daily practices, habits, and spaces—informal and unspectacular elements that play an irreplaceable role in shaping community identity. As scholars such as Laurajane Smith (2006) and Sharon Macdonald (2013) have argued, heritage is not simply an object or tradition to be preserved, but rather an ongoing process of constructing and negotiating cultural meaning in everyday life. Within this line of thought, the Long Biên Night Market stands out as a performative space, where practices of nighttime

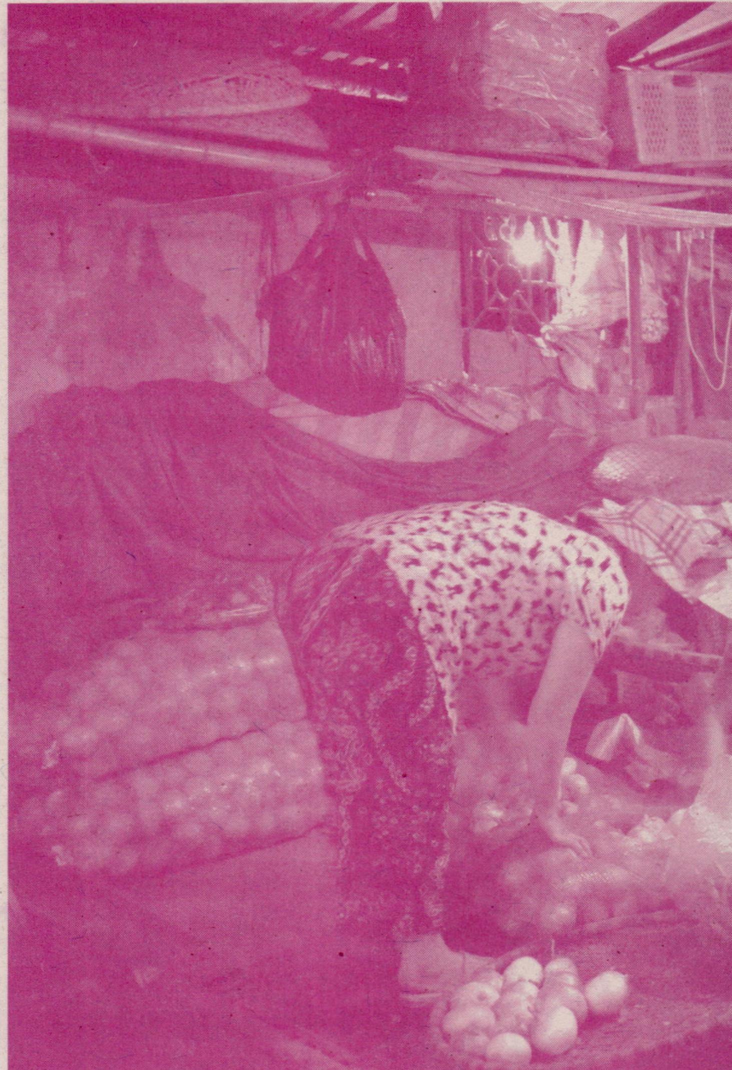

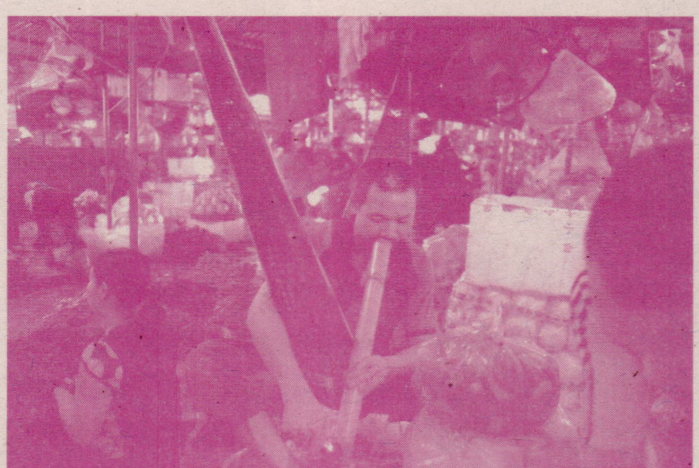

Photos courtesy of Son X

Chợ Đêm Long Biên: Di sản thường nhật của nhịp sống đô thị hậu công nghiệp

Tác giả SơnX

Tôi không nhớ đã đi chợ đêm Long Biên bao nhiêu lần, qua bao nhiêu sạp hàng, nhưng tôi nhớ rõ một câu: 'Đêm là của bọn chị. Ngày là của các em.' Câu nói ấy ám lấy tôi -- như thể có một Hà Nội khác, lặng lẽ và bền bỉ, sống trọn vẹn khi thành phố đã ngủ.

I: Giới Thiệu

Trong lịch sử phát triển của các đô thị Việt Nam, chợ luôn giữ một vai trò trung tâm, không chỉ là nơi trao đổi hàng hóa mà còn là không gian sinh hoạt xã hội, ký ức cộng đồng và biểu tượng văn hóa. Thế nhưng, khi nhịp sống đô thị bước vào giai đoạn hậu công nghiệp với đặc trưng là sự linh hoạt hóa lao động, mở rộng thời gian sản xuất và phân tầng không gian sống, một hình thức chợ mới đã dẫn xuất hiện và bám rễ vào thực hành sống của người dân: chợ đêm. Trong đó, chợ đêm Long Biên - nằm ngay dưới chân cây cầu cổ kính cùng tên - là một trường hợp tiêu biểu cho sự hiện hữu mạnh mẽ nhưng âm thầm của một "di sản thường nhật" giữa lòng đô thị hiện đại.

Khác với các di sản văn hóa được Nhà nước công nhận hoặc UNESCO vinh danh, khái niệm di sản thường nhật hướng đến những thực hành sống, thói quen và không gian "thường ngày", những yếu tố không chính thức, không hoành tráng

labor, trade, and social life—practices often excluded from official urban planning and development—quietly persist, carrying memory and forging the identities of migrant and working-class communities.

Taking the Long Biên Night Market as its case study, this essay asks: How might the spaces and practices of the Long Biên Night Market be understood as an everyday heritage within the rhythms of post-industrial urban life? By examining its spatial structures, working rhythms, collective symbols, and its resistance to the official narratives of urbanization, this essay seeks to illuminate the multiple cultural layers embedded in the market. In doing so, it challenges narrow conceptions of heritage and calls for a broader, more dynamic, and more humane perspective on the unnamed heritages of contemporary urban life.

II. Theoretical Frameworks and Methodologies

1 - Everyday Heritage: Everything We Live Holds Values

When we think of heritage, we often imagine grand monuments or traditional festivals officially recognized by the state or celebrated by UNESCO. Yet heritage can also be something far more ordinary—what we do and participate in on a daily basis. Everyday heritage has no signboards. It is not built to attract tourists. It exists organically within life itself—in how people communicate, how they arrange goods, how they reproduce themselves and how they survive. This kind of heritage does not have to be preserved because it is being lived. Heritage, in that sense, is not only something that has passed by but also what is still unfolding. It is created daily through the ways people interact with one another and with their surroundings.

2 - Space Created by the People Themselves

The Long Biên Night Market has no formal planning or design. It emerged from the practical needs of the working class. Each night, they arrive, set up temporary stalls, and arrange their goods, generating a vibrant space of exchange. This is precisely how people produce space, not through machines or top-down planning, but in everyday assembly and activities. Vendors have transformed an empty plot of land into a bustling market simply by being there, by living and working in that space. It is striking that they do not own this space in any legal sense, yet they create and sustain it every night. This constitutes a clever and effective form of spatial appropriation.

3 - Memory and Identity in an Era of Mobility

Most vendors at the Long Biên Night Market are migrants from other provinces who come to Hanoi to make a living. Even though they often lack city residency registration and thus do not appear in official statistics on city life, they contribute to shaping the nighttime economy, culture, and community of Hanoi. Their identities are not fixed—they

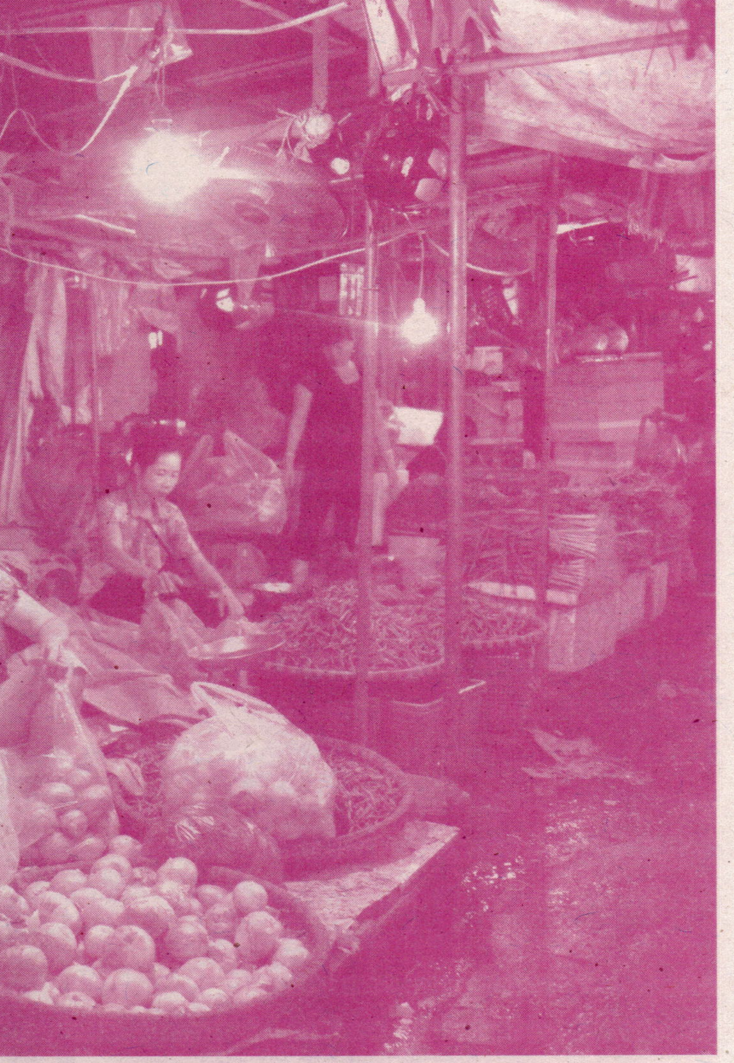

nhưng lại đóng vai trò không thể thay thế trong việc định hình bản sắc cộng đồng. Theo quan điểm của các nhà nghiên cứu như Laurajane Smith (2006) hay Sharon Macdonald (2013), di sản không đơn thuần là vật thể hay truyền thống được bảo tồn, mà là một quá trình liên tục kiến tạo và thương thảo ý nghĩa văn hóa trong đời sống hàng ngày. Trong dòng tư tưởng này, chợ đêm Long Biên nổi bật như một "không gian diễn" nơi những thực hành lao động, buôn bán, sinh hoạt ban đêm -- thường bị gạt ra ngoài các quy hoạch phát triển đô thị chính thống -- vẫn âm thầm tồn tại, truyền tải ký ức và kiến tạo bản sắc cộng đồng nhập cư và lao động phổ thông.

Chọn chợ đêm Long Biên làm đối tượng phân tích, bài tiểu luận này đặt ra câu hỏi: Làm thế nào để không gian và thực hành của chợ đêm Long Biên có thể được hiểu như một di sản thường nhật trong nhịp sống đô thị hậu công nghiệp? Bằng cách tiếp cận từ cấu trúc không gian, nhịp điệu hoạt động, đến các biểu tượng, ký ức cộng đồng và sự đối kháng với các hình thức "văn hóa chính thống" của đô thị hóa, bài viết sẽ làm rõ các lớp nghĩa văn hóa của chợ đêm Long Biên. Qua đó, tiểu luận góp phần phản biện quan niệm hẹp về di sản, kêu gọi một cách nhìn mới -- rộng mở hơn, sống động hơn, nhân bản hơn -- đối với những "di sản không tên" của đời sống đô thị đương đại.

II. KHUNG LÝ THUYẾT VÀ PHƯƠNG PHÁP

1. Di sản thường nhật: Những gì chúng ta sống hàng ngày đều có giá trị.
Khi nhắc đến "di sản", chúng ta thường nghĩ ngay đến những công trình to lớn, những lễ hội truyền thống được nhà nước công nhận hay UNESCO vinh danh. Nhưng di sản còn có thể là những điều rất bình thường, những gì chúng ta làm và trực tiếp tham gia mỗi ngày. Di sản thường nhật không có bảng hiệu, không được xây dựng để thu hút khách du lịch. Nó tồn tại một cách tự nhiên trong cuộc sống:

4 - Research Approach

To gain a deeper understanding of the Long Biên Night Market, I employed the following methods:

Direct observation: Visiting the market at different hours of the night to observe how people work and interact.

Recording personal experiences: Incorporating my own impressions and memories from visiting the market.

Visual and spatial analysis: Looking at the market as a 'painting' to interpret the messages conveyed through the arrangement and decoration of stalls.

Short conversations: Listening to stories and personal reflections from the vendors.

III. Nightlife at the Long Biên Market

1 - A Self-Assembled Space Each Night

The Long Biên Night Market has neither gates nor signboards. It appears and disappears like a flowing current. From around 10 p.m., trucks begin to gather beneath the Long Biên Bridge. The yellow light from their headlights, flashlights, and makeshift bulbs creates a unique kind of illumination. This is not the glittering, dazzling light of a bustling city, nor a carefully planned aesthetic. It is the light of necessity—to see the goods, to work, to survive. Each lamp tells a story of having to take care of oneself.

This space is built each night not with bricks or cement, but through the presence of people. They arrive, set up tents, arrange their goods, and the market takes shape. By morning, they leave, and the market disappears. It is a unique kind of architecture—one that exists through time rather than material.

2 - Reversed Rhythms: When Night Becomes Day

A statement of temporal ownership: "The night belongs to us. The day belongs to you."

The market comes alive around 11 p.m., peaks between 2 and 3 a.m., and gradually quiets as dawn breaks. Its rhythm is completely inverted from the daytime city. When Hanoi sleeps, the market awakens. When Hanoi awakens, the market rests. This is not simply about working night shifts, it is a way of optimizing time. The day belongs to those with greater means and stable jobs, while the night is reserved for those who must fend for themselves and find ways to survive.

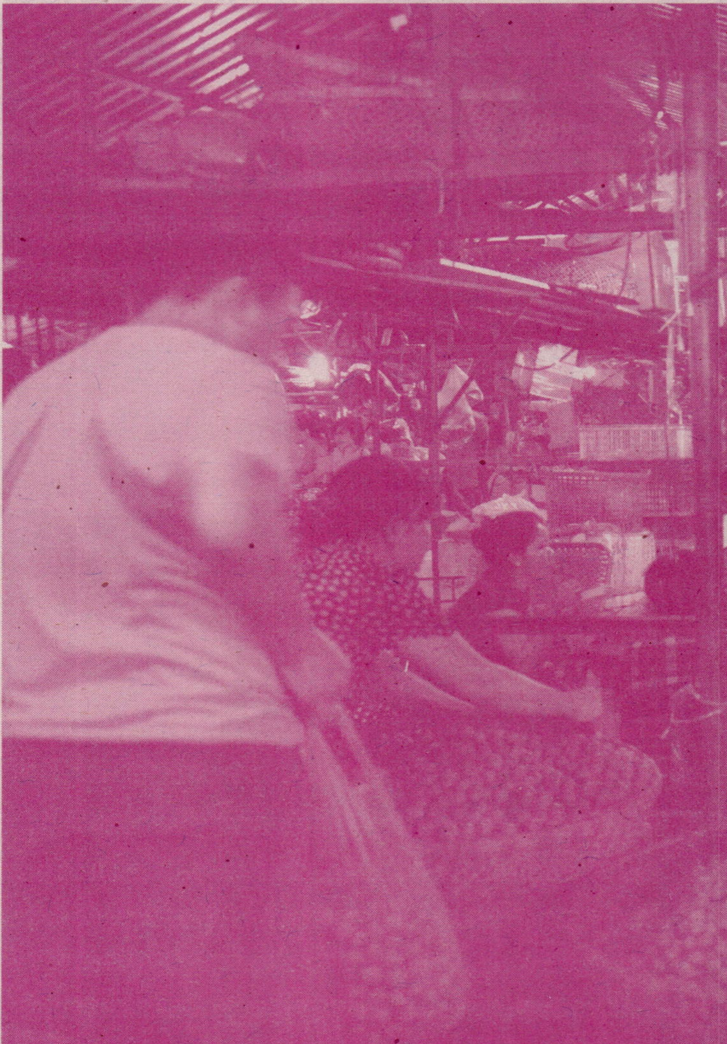

Photos courtesy of Son X

cách mọi người giao tiếp, cách họ sắp xếp hàng hóa, cách họ sinh tồn. Đây không phải là những thứ "được bảo tồn", mà là những thứ "đang được sống". Di sản không chỉ là những gì đã qua mà còn là những gì đang diễn ra. Nó được tạo ra mỗi ngày qua cách mọi người tương tác với nhau và với không gian xung quanh.

2. Không gian được tạo ra bởi chính con người

Chợ đêm Long Biên không có quy hoạch hay thiết kế cụ thể, nó hình thành từ nhu cầu thực tế của những người lao động. Mỗi đêm, họ đến đây, dựng lều tạm, sắp xếp hàng hóa, và tạo ra một không gian sống động. Đây chính là cách con người "sản xuất không gian" - không phải bằng máy móc hay kế hoạch từ trên xuống, mà bằng chính hoạt động hàng ngày của họ. Những người bán hàng đã biến vùng đất trống thành chợ sầm uất chỉ bằng cách... có mặt, sinh hoạt ở đó. Điều thú vị là họ không "sở hữu" không gian này theo nghĩa pháp lý, nhưng họ lại tạo ra và duy trì nó mỗi đêm. Đây là một hình thức "chiếm dụng" không gian rất khéo léo và hiệu quả.

3. Ký ức và bản sắc trong thời đại di chuyển

Phần lớn người bán hàng ở chợ đêm là dân nhập cư từ các tỉnh khác về Hà Nội kiếm sống. Thường họ không có hộ khẩu thành phố, không xuất hiện trong các thống kê chính thức, nhưng họ góp phần tạo nên "Hà Nội đêm".

Bản sắc của họ không cố định - vừa mang trong mình ký ức quê nhà, vừa thích nghi với cuộc sống đô thị. Chợ đêm trở thành nơi họ gặp gỡ, kết nối, và duy trì cảm giác cộng đồng giữa thành phố lạ.

4. Cách tiếp cận nghiên cứu

Để hiểu rõ chợ đêm Long Biên, tôi đã:

Quan sát trực tiếp: Đi chợ vào những giờ khác nhau trong đêm, theo dõi cách mọi người hoạt động, giao tiếp.

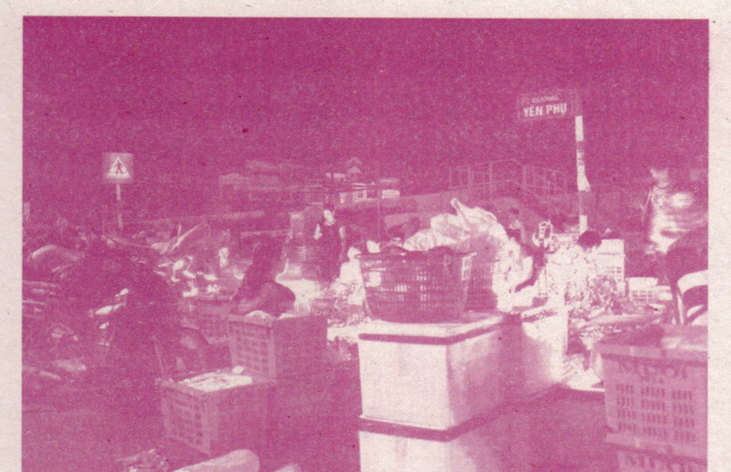

3 - Small Community in the Urban Night
The night market is not only a place for trade. It is also where people meet, talk, and share stories. Brief conversations, a cigarette passed from hand to hand, a hammock strung temporarily between two baskets of goods—all create a humble, intimate, and lively space. These moments show that the market is not just a place to earn money, but also a space where people find connection. For migrant workers, being named, greeted, seen, and acknowledged is deeply significant.

4 - The Language of Colors and Goods
Each type of product in the market is arranged according to its own order. The red of chili peppers, the yellow of ripe bananas, the green of vegetables all combine to form a vivid and colorful fabric. Interestingly, these colors are not meant to be decorative. They serve to classify items and make quality easily identifiable. This is a market language that is only understood fully by those who work within its carefully arranged stalls. Vegetables, roots, and fruits differ not only in color but also in shelf life and target markets. Each color tells a story about time, value, and destination.

IV. Cultural Values of the Night Market

1 - An Archive of Old Hanoi
Hanoi is changing rapidly. Many informal street markets have been cleared away, craft streets have turned into convenience stores, and collective housing blocks have been demolished. Against this backdrop, the Long Biên Night Market stands like a time pocket, a place that preserves the rhythms and working practices of Hanoi from decades past.

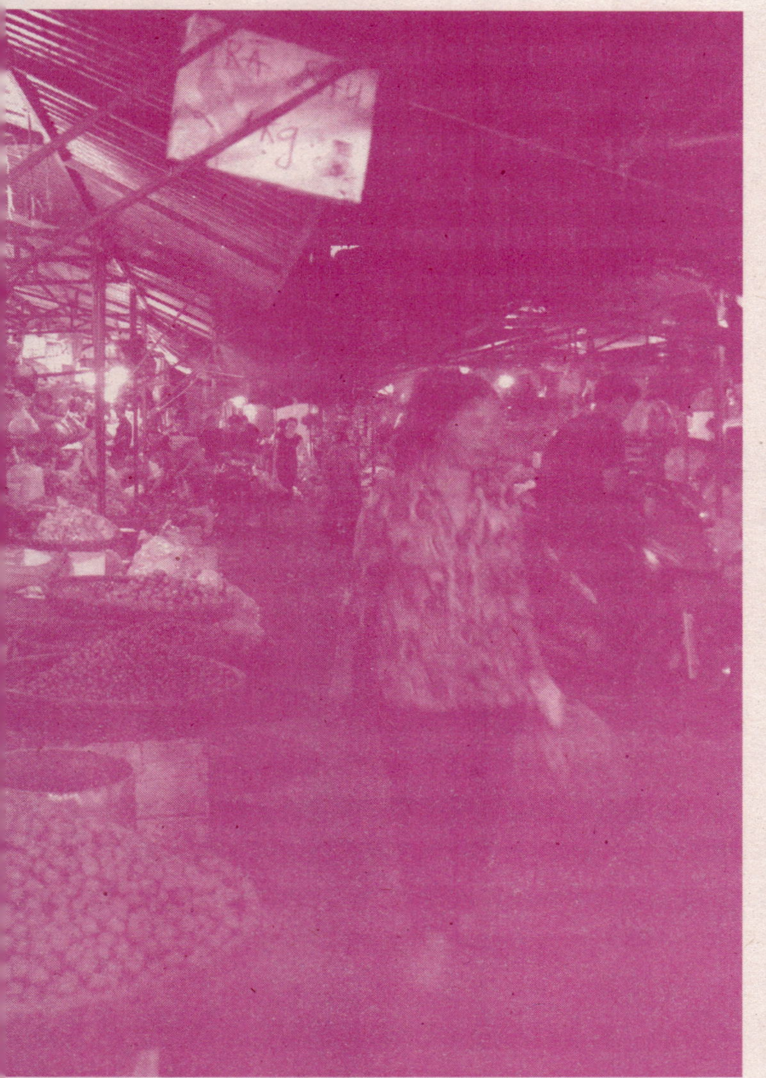

Here, everything is still done in rather rudimentary ways: Vegetables and fruits are sorted by eye, goods are weighed without much precision, and prices are negotiated through experience. These are skills that are gradually disappearing in the age of machinery and technology. The market is not a museum, yet every corner, every way of arranging goods, every sales pitch carries within it the memory of a Hanoi that hasn't yet been fully modernized.

2 - A Living Heritage, Not a Preserved One
Unlike historical relics kept behind glass, the Long Biên Night Market is a living heritage. It is not conserved but enacted daily. Every act of carrying, sorting, or calling out to customers is a way of sustaining and transmitting culture. What is remarkable is that this heritage is not meant for tourists. It exists because of the practical demands of life, as well as the need to support people's livelihoods. Paradoxically, it is precisely this lack of exhibitionary purpose that makes it so authentic and alive.

Ghi lại trải nghiệm cá nhân: Lồng ghép những cảm nhận, ký ức của bản thân khi đi chợ.

Phân tích hình ảnh và không gian: Nhìn chợ như một "bức tranh" để hiểu các thông điệp ẩn trong cách sắp xếp, trang trí.

Trò chuyện ngắn: Nghe những câu chuyện, lời tâm sự của người bán hàng.

III. CUỘC SỐNG ĐÊM Ở CHỢ LONG BIÊN

1. Một không gian "tự dựng" mỗi đêm
Chợ đêm Long Biên không có cổng, không có bảng hiệu. Nó xuất hiện và biến mất như một dòng chảy. Từ khoảng 10 giờ đêm, những chiếc xe tải bắt đầu tập trung dưới chân cầu Long Biên. Ánh đèn vàng từ xe, từ đèn pin, từ các bóng đèn tạm bợ tạo nên một thứ ánh sáng rất đặc biệt. Đây không phải ánh sáng lung linh, rực rỡ của đô thị phồn hoa, không phải ánh sáng được quy hoạch để đẹp mắt, đây là ánh sáng của sự cần thiết - để nhìn thấy hàng hóa, để làm việc, để tồn tại. Mỗi ngọn đèn là một câu chuyện về việc phải tự lo liệu cho mình.

Không gian này được 'xây' mỗi đêm không phải bằng gạch xi măng mà bằng sự hiện diện của con người. Họ tới, họ dựng lều, họ sắp hàng, và chợ hiện hình. Sáng đến, họ ra về, chợ cũng tan biến. Đây là kiểu "kiến trúc" độc đáo - tồn tại nhờ thời gian chứ không nhờ vật liệu.

2. Nhịp sống đảo ngược: Khi đêm là ngày
"Đêm là của bọn chị. Ngày là của các em." Câu nói này không chỉ là một lời bình thường mà như một tuyên bố về quyền sở hữu thời gian.

3 - The Conflicts of Preservation

Despite its profound cultural value, the Long Biên Night Market is a space perpetually at risk of being cleared away. Many areas around the market have already been dismantled on the grounds of obstructing traffic, lacking sanitation, or posing safety concerns. This presents a seeming paradox: spaces rich in social value and deep meaning are not regarded as heritage worth protecting, while structures deliberately built to become monuments are easily recognized and preserved. Such contradictions reflect a narrow conception of heritage—one that prioritizes the beautiful, the official, and the purposefully designed, while overlooking the ordinary, spontaneous, and deeply meaningful spaces that sustain community life.

V. Conclusion

The Long Biên Night Market, with all its quiet bustle, its makeshift yet enduring rhythms, stands as a vivid testament to the idea of everyday heritage. Though it lacks official recognition, plaques, or legal protection, the market lives on each night in familiar gestures, in the reversed breathing of the city, in memories that cannot be erased. Through the story of the Long Biên Night Market, we see that heritage is not only a product of top-down decisions, but also arises from the bottom up, from how people live, work, and connect with one another each night. In the context of rapid urbanization, the preservation of spaces like the Long Biên Night Market cannot rest on the erection of heritage markers alone. What is needed is a more flexible, community-centered approach, one that places memory, belonging, and the right to live at its core.

This essay seeks not only to illuminate the value of one marginalized cultural space, but also to open a broader perspective on what everyday heritage might mean—where the small and the ordinary become the true foundations of modern urban identity, and in turn generate distinctive cultural tourism rooted in local life.

BIBLIOGRAPHY

Appadurai, Arjun. *Modernity at Large: Cultural Dimensions of Globalization*. Minneapolis: University of Minnesota Press, 1996.
Certeau, Michel de. *The Practice of Everyday Life*. Berkeley: University of California Press, 1984.
Lefebvre, Henri. *The Production of Space*. Oxford: Blackwell, 1991.
Macdonald, Sharon. *Memorylands: Heritage and Identity in Europe Today*. London: Routledge, 2013.
Nora, Pierre. "Between Memory and History: Les Lieux de Mémoire." *Representations*, no. 26 (1989): 7–24.
Smith, Laurajane. *Uses of Heritage*. London: Routledge, 2006.

Chợ bắt đầu nhộn nhịp từ 11 giờ đêm, đạt đỉnh điểm lúc 2-3 giờ sáng, rồi dần lắng xuống khi trời sáng. Nhịp sống này hoàn toàn ngược với thành phố ban ngày. Khi Hà Nội ngủ, chợ thức. Khi Hà Nội thức, chợ nghỉ.

Đây không chỉ đơn giản là làm việc ca đêm. Đây là cách tối ưu hóa thời gian: ban ngày thuộc về những người có điều kiện khá giả hơn, có công việc ổn định. Đêm là thời gian của những người phải tự mưu sinh, tự tìm cách sinh tồn.

3. Cộng đồng nhỏ trong đêm đô thị

Chợ đêm không chỉ là nơi mua bán. Đây còn là nơi mọi người gặp nhau, trò chuyện, chia sẻ. Những cuộc trò chuyện ngắn, điếu thuốc chuyền tay, chiếc võng treo tạm giữa hai sọt hàng - tất cả tạo nên một không gian sống rất bình dị và gần gũi. Những khoảnh khắc này cho thấy chợ không chỉ là nơi kiếm tiền mà còn là nơi mọi người tìm thấy sự kết nối. Với những người lao động nhập cư, việc được gọi tên, được chào hỏi, được thấy và được công nhận sự hiện diện là điều rất quan trọng.

4. Ngôn ngữ của màu sắc và hàng hóa

Mỗi loại hàng ở chợ được sắp xếp theo một trật tự riêng. Màu đỏ của ớt, vàng của chuối chín, xanh của rau tạo nên một bức tranh màu sắc sống động. Điều thú vị là màu sắc này không được trang trí cho đẹp mắt, mà để phân loại, để dễ nhận biết chất lượng.

Đây là một "ngôn ngữ chợ" mà chỉ những người trong nghề mới hiểu hết. Rau, củ, quả không chỉ khác nhau về màu sắc mà còn về thời gian bảo quản, về thị trường tiêu thụ. Mỗi màu sắc kể một câu chuyện về thời gian, về giá trị, về đích đến.

[...]

There were two female singers. One rocked a shaved head. Her punk appearance was in contrast to the other's seductive femininity. Both were draped in black dresses. Wrapped in theatrical fog and backed by a full band by a full band, together they unleashed a dark, dissonant soundscape. Harsh electronic sonic motifs, punctured by seemingly endless screaming and relentless chanting. Possessed by the guttural depth of pain, terror, pleasure, sadness, and madness that do not belong to the living world. Peppered with the uncanny familiarity of Vietnamese folk instrumentation and melodies. But this sweet, melancholic hint was drowned out by the visceral intensity of the vocal performance, and the singers' extreme affect.

Two women losing themselves on stage. Live. On Vietnamese national television.

Like most people in Vietnam, I encountered Đại Lâm Linh in 2010 through *Bài Hát Việt* [Songs of Vietnam], a state-run competition highlighting Vietnamese composers and singers of popular music. Đại Lâm Linh is a band and a short-lived musical project comprised of three members—Ngọc Đại, Thanh Lâm, and Linh Dung—who came together in 2007 and performed mostly for the limited audience in Vietnam for contemporary music and art. In contrast, their appearance on *Bài Hát Việt* was widely broadcasted on VTV3, a state-owned television channel

dedicated to entertainment for the masses.

Đại Lâm Linh's eccentric performance felt completely out of place and became an immediate national phenomenon. The flashes of memory offered above cannot do justice to how much of a shock the performance was to my psyche as a high schooler with little interest in the arts. I remember spending the following weeks laughing with my friends about the performance, participating in the social media craze around it, consuming countless articles that emerged out of it, rewatching low-quality YouTube recordings of it, obsessively trying to make sense of what it was that I had seen. To dismiss it. To stabilize the turbulence induced in my senses. To contain the aesthetic rupture, the excess of which bled out from underneath. If such a constellation of sounds could exist and even constitute music, who knew what else could be possible?

This what-else-ness of the aesthetic dimension, experienced as a psychic attack on the constitution of the self and, by extension, the larger social order, explains the magnitude of the extremely vile responses that flooded in from the press as well as the general public. Referring to Đại Lâm Linh as *tam quái* [the three monsters], *VTC News* described the performance as "rebellious, haunting, and even arousing."[1] *Giáo Dục Việt Nam*, an online press dedicated to education, called their music a "direct punch to the audience's face and ears."[2] The most-viewed YouTube video of Đại Lâm Linh's *Bài Hát Việt* performance is of "Cây Nữ Tu", which came with a subtitle from user AndyTao7:

"Ecstasy with Acoustic or Musical Rape"

[Phê Cùng Acoustic hay Hấp Diêm Âm Nhạc].[3] I remember this kind of vulgar and offensive language was littered all over the Internet and social media at the time, unleashing a public tidal wave of exaggerated defenses against the threatening otherness of Đại Lâm Linh and their musical performance.

For Barley Norton, a British ethnomusicologist researching Vietnamese folk music and filmmaker of the documentary *Hanoi Eclipse: The Music of Dai Lam Linh* (2010), the otherness of Đại Lâm Linh's music is evident in the way it is labelled 'experimental' music by the Vietnamese press. This has little to do with the history of musical experimentation as understood in the West; rather, 'experimental' here functions as a "marker of alterity,"[4] a codeword for a kind of un-Vietnameseness, an unwanted consequence of Westernization. Yet, the band's music follows many of the same Western pop conventions that have long shaped Vietnamese popular music: song structures with clear

1   Khánh Nguyễn,, "Khán Giả Sài Thành Sửng Sốt Với Âm Nhạc Đại Lâm Linh," VTC News, June 28, 2010, accessed August 8, 2025, https://vtcnews.vn/khan-gia-sai-thanh-sung-sot-voi-am-nhac-dai-lam-linh-ar11307.html

2   Văn Trinh,, "5 'Thảm Họa' Sốc, Rợn, Kinh, Hãi Nhất Showbiz Việt," Giáo dục Việt Nam, July 23, 2011, accessed August 8, 2025, https://giaoduc.net.vn/5-tham-hoa-soc-ron-kinh-hai-nhat-showbiz-viet-post8317.gd

3   "Cây nữ tu - Đại Lâm Linh - Phê cùng Acoustic hay Hấp diêm âm nhạc," Youtube video, posted by AndyTao7, Jul 2, 2010, https://www.youtube.com/watch?v=jM-k-yHINFY.

4   Barley Norton, "A Film Guide for *Hanoi Eclipse: The Music of Dai Lam Linh*," Documentary Educational Resources (2010).

introductions and resolutions driven by tonal chord progressions, and melodies carried by repeatable poetic refrains. What makes Đại Lâm Linh startling is not the adoption of these forms but their destabilization, pushing recognizable structures toward the edge of coherence. In doing so, their work exposes the contradictions of the modern Vietnamese identity itself. The disturbance resulting by the music becomes not just aesthetic but social.

Fast forward fifteen years, and Đại Lâm Linh remains a small blip of virality in the Vietnamese public consciousness. The band only recorded one album together and they never returned to the national spotlight. But to me, witnessing them on national television felt like an initiation ceremony; but its performative effects of inducting me into the world of artistic experimentation did not actualize until several years later, when I stumbled upon and eventually studied Western avant-garde performance. During that time, the residue of Đại Lâm Linh's music lay more or less dormant, quietly haunting me, instilling an internal compass that pulled me away from, to borrow Georges Bataille's phrasing, the "habitual homogeneity"[5] of the ordinary. The Bataillean excess of Đại Lâm Linh—the violent rupture of predetermined forms to edge towards the obscenity of formlessness—was first registered as a sonic assault and a sadistic violation, the ruthless intensity of which demanded resistance. I held that resistance for as long as I could, but

the simmering cruelty of the music was quiet and relentless.

It crept in, cracked me open, and unraveled thread by thread the defensive psychic structures that I had woven together to contain the aesthetic experience. In the end, the sadism I once resisted became the very force that unmade then remade me, turning aesthetic violence into a strange kind of wounding that induced curiosity, anxiety, confusion, overload, and pleasure all at once.

"Exigent sadism," a concept developed by psychoanalyst Avgi Saketopoulou, fleshes out the psychic need for risk-taking, for wound-touching, for coming undone, for relinquishing control, for surrendering to an interpersonal experience that hovers at the edge of violation. This sadistic process may result in harm, and it may also produce radical transformation. There are no guarantees, only the necessity to take a leap of faith. Saketopoulou's notion of exigent sadism shuttles underneath the binary of "sensible sadism" (restrained, reasoned, regulated) and "destructive sadism" (limitless, annihilating, with no regard for the Other).[6] Instead, it names a terrifying, aggressive, and imaginative force that is driven by an ethical necessity of wounding, undergirded by a kind of "odd care."[7] The exigent sadist inflicts violence not (just) because they want to hurt others, but because they believe they have to.

In this sense, Đại Lâm Linh's music does not seek to wound its listeners, though it is often received as such. Their intensity arises not from antagonism but from a negotiation both within and against the limits of musical form until those limits begin to rupture. The blow is felt not because they aim to strike, but because the structures themselves start to split open. If their music seems to punch its listeners directly in the faces and ears, it does so out of a fierce, unruly conviction that something of the status quo must be shaken loose. Their sonic violence inflicts pain while also carrying a strange allure and seduction, demanding the listeners to linger with the discomfort, survive the disorientation, and, should they surrender to it, emerge transformed.

5   Georges Bataille, *The Vision of Excess: Selected Writings, 1927–1939*, trans. Allan Stoekl (Minneapolis: University of Minnesota Press, 1993), 70.

6   Avgi Saketopoulou, *Sexuality Beyond Consent: Risk, Race, Traumatophilia* (New York: NYU Press, 2023), 169-193.

7   *Ibid*, 182.

If one has the opportunity to interact with Đại, the band's composer and spiritual core, this framework of exigent sadism feels far from abstract. Animated and wildly expressive, Đại moves through the world with a raw, unfiltered intensity, flashing between affection and aggression, irreverence and provocation. His speech is peppered with obscenities; his presence charges every encounter with an unpredictable energy. He is known by the nickname

Đại điên
[crazy ˈĐại],

partly due to the types of music he pursues, partly for his emotional volatility and his reputation of being difficult to work with. To witness him speaking is to be thrown off balance, to feel both thrilled and threatened. For instance, he recounts to me a story of learning to throw knives to intimidate the cultural police, who came to his house during the censorship crackdown following the self-release of *Thắng Mõ 1* (2013)—all the while locking eyes with me, sending a cold jolt down my spine.

His dominating, emphatic, and quasi-drunken style of storytelling reminds me of

m y

father.

There is something deeply frightening about many northern Vietnamese men of that generation who went to war. All of them seem to carry an

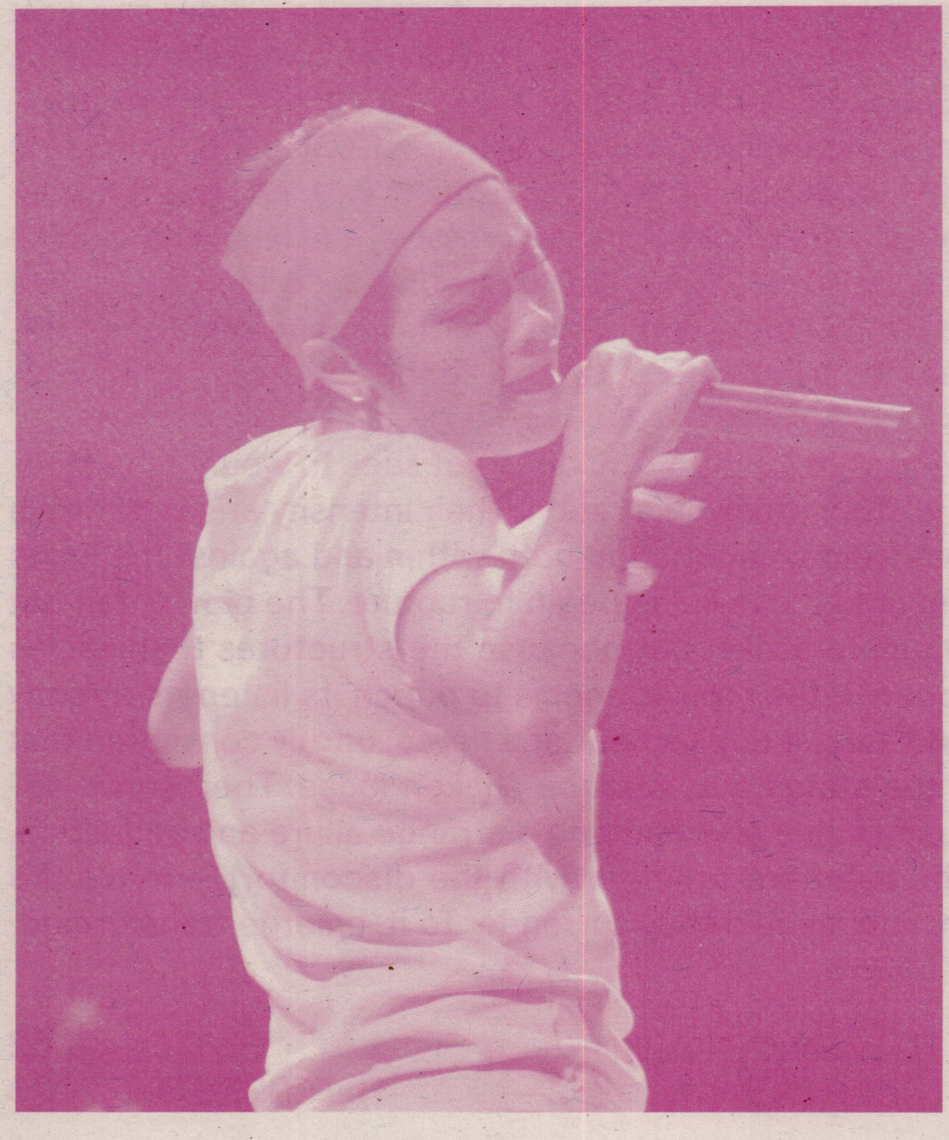
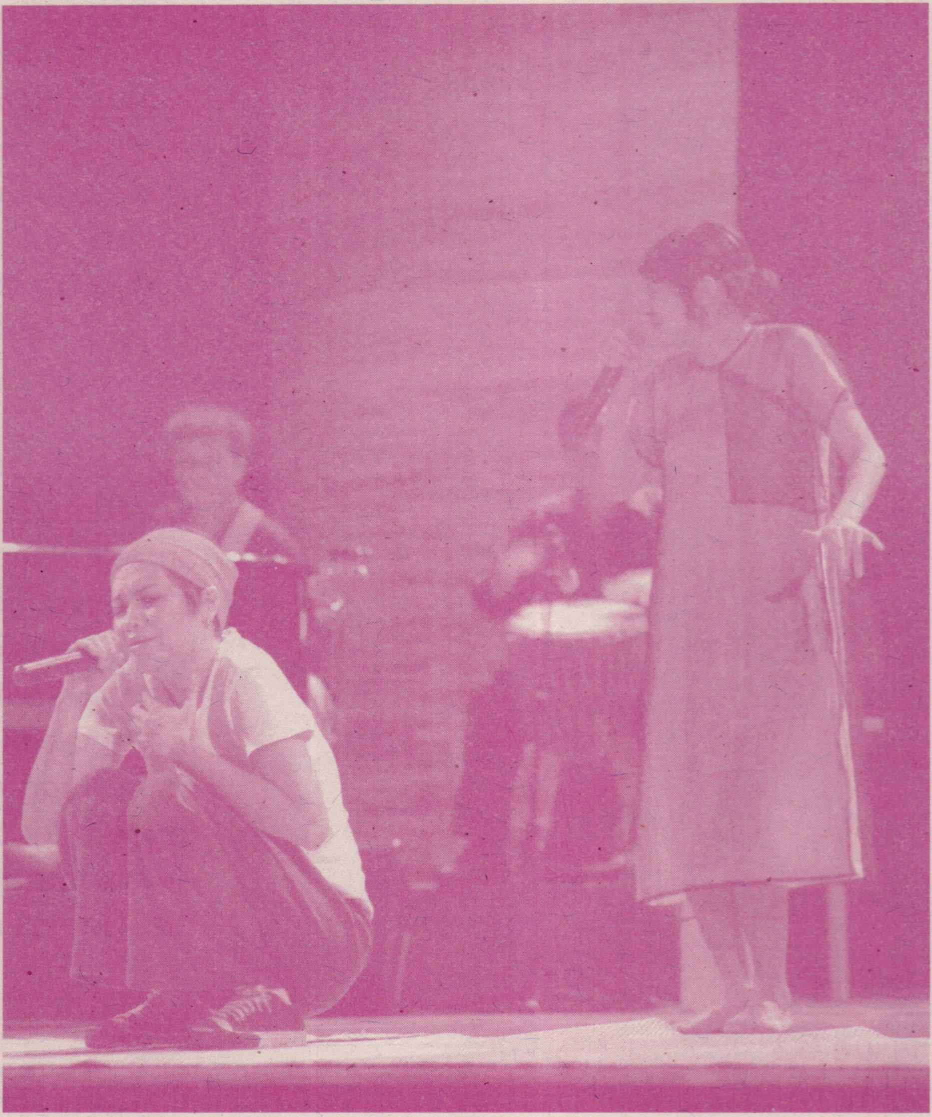

urgent compulsion to narrate and transmit their stories to any available pair of listening ears. Their tales are drenched in unspeakable intensity, and is rendered through a kind of exaggerated theatricality that feels, at times, magnetic but more so alienating. There is little space for me to enter, because the space they inhabit is unimaginable. There is hardly a conversation to be had; listening to them feels less like dialogue and more like stepping into a temple of a faith I do not practice, where I am only ever a silent observer.

***

Đại composes the song "Chiều" [Evening] in honor of his fellow soldiers who died in Quảng Trị,

a site of some of the most brutal battles in the Vietnam War in 1972.[8] Anchored by sparse, dissonant piano chords and low, steady percussion, "Chiều" unfolds with a mournful restraint. Its sorrowful zither lines drift through the arrangement, while Lâm and Linh's vocals remain unusually subdued. It stands as one of the softer pieces in the entire project. Its vivid yet abstract imagery comes from original lyrics written by poet Nguyễn Trọng Tạo, conjuring a world-being soaked in the soft twilight-gold of the evening.

Vàng da, vàng tóc, vàng chiều
Chiều rơi rơi...
Vàng cây, vàng đá, vàng ta, vàng người
Chiều rơi rơi...

8   Norton, *Hanoi Eclipse Film Guide*, 16.

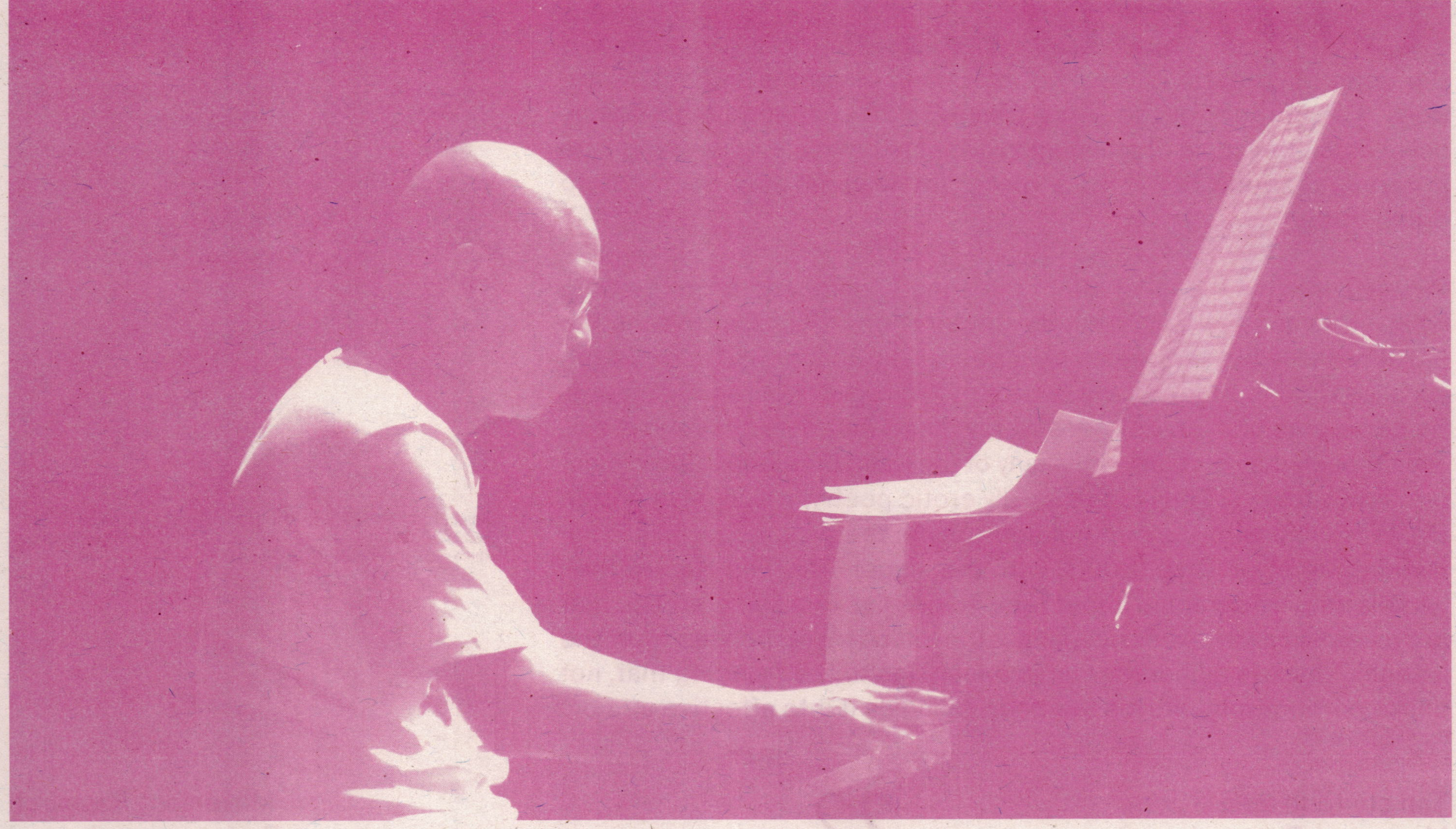

Nguyễn Trọng Tạo never mentions war directly. Yet the poem vibrates with a quiet awareness of impermanence, steeped in the melancholy of dusk—the fragile passage between light and its vanishing. In the last line of the full poem, *Thời gian nghe tím một trời phù dung* [Listening to time purpling the sky with confederate roses], Nguyễn Trọng Tạo juxtaposes this golden twilight threshold with the ethereal purple of the confederate rose, a flower that blooms in the morning and wilts by night. It becomes a haunting metaphor for fleeting life, for beauty touched by death. Đại borrows this melancholic twilight landscape and fuses it with the memory of Quảng Trị, letting the quiet horror of his survival seep into the song. While a listener might not immediately register the song as a meditation on war, the presence of death feels markedly different from the poem—less symbolic, more specific, and sharply painful. Part of the song's specificity comes from the heavy incorporation of Hò Huế, a folk singing tradition associated with the city of Huế and central Vietnam, thus evoking the geographic proximity of Quảng Trị. The drawn-out, sweeping melodies of Hò Huế bleed into the aching vocalizations of Lâm and Linh, imbuing the poetic landscape with a visceral tug.

Chiếu, chiếu, chiếu, chiếu, chiếu, chiếu...

The word is repeated to the point of rupture, unraveling into manic laughter and desperate cries. The content of the lyrics dissolves as Lâm and Linh's voices hover at the threshold of articulation and abandonment, where language falters and sound becomes a vessel for unspeakable emotions to break through.

What haunts me the most about the song "Chiếu" and, more broadly, what gives the Đại Lâm Linh its devastating punching force is the unruliness of the female voice, specifically the way Lâm and Linh vocalize what I would call the pornographic register of representation. By pornographic, I do not necessarily mean that they sing about sex, even though they certainly do—many of the lyrics throughout the project are drawn from Vi Thuy Linh's boldly erotic poetry, which have gotten Đại in trouble with the cultural authority in the past, especially when working on *Nhật Thực* (2003) with the singer Trần Thu Hà.[9] Rather, what is so pornographic about their voices lies in a sonic excess that provokes similarly excessive, almost involuntary responses from the listener. There is a choreographic dimension to their singing that, not unlike pornography, moves the body, compels it into affective motion.

9   "Album 'Nhật thực' của Trần Thu Hà gặp rắc rối," VnExpress, December 28, 2001, accessed August 8, 2025, https://vnexpress.net/album-nhat-thuc-cua-tran-thu-ha-gap-rac-roi-1872397.html

The voice does not simply express or communicate; it agitates and arouses. This is where the charge of obscenity lies: not in content alone, but in the raw, embodied force of its delivery, which then interpellates other bodies, drawing them into their own yet-to-be-explored currents of sensation and sexuality.

Their moans raise goosebumps. Their belts resonate with a force of horror. Their nasally wails yank at the heart. Their screams weaken the knees. Their eerie vocal fry prickles the skin. The cracks in their voice tear into the guts—sudden, violent, almost wounding. At times, they articulate with crystalline clarity. At others, they speak in tongues, getting lost in relentless Buddhist chants or dissolving into ecstatic murmurs, erotic gasps, guttural cries. The vocal performance feels heavily driven by improvisation, as if the voice is not delivering lyrical content so much as being seized by it, possessed by a force that exceeds the body and its bounds. Like pornography, their vocal delivery provokes an existential anxiety around the osmosis between the real and the represented: are they simulating, or are they actually submerged in the depth of pain, pleasure, and madness? Hovering at the threshold of the pornographic register, Đại Lâm Linh stages a kind of unbearable, sexually-charged intensity—an intensity they portray, embody, channel, and transmit all at once. There is no safe distance, no shielded position from which to listen. In a true exigent sadistic fashion, their voices do not invite contemplation. They assault, seduce, and ensnare. The raw vocal matter grips the body, demands a response, and refuses to let go.

It is worth noting that the project employs exclusively female voices. Besides Lâm and Linh, the melodies of Hò Huế and Ca Trù, a northern Vietnamese chamber music tradition that can be heard across several songs, are all performed by women (Hạ Vi and Thúy Hà, respectively). Taken together with the pornographic dimension of Lâm and Linh's voices, I am reminded of porn studies scholar Linda Williams's incisive analysis of female pleasure's otherness vis-à-vis the money shot fetish in pornographic cinema. Adopting a Foucauldian framework of examining heterosexual pornography as a discursive machine attempting to capture, produce, and proliferate the hard-core "truth" of female sexuality, Williams explicates the paradox of this endeavor: how the obsessive quest to "know" the female pleasure ultimately circle back around to the male cumshot, thus revealing "a lack of relation to the other, a lack of ability to imagine a relation to the other in anything but the phallic terms of self."[10]

By contrast, Đại Lâm Linh engages a different kind of pornographic register, one grounded neither in visual climax nor in narrative closure, but rather in sonic excess. Instead of displacing the fundamental lack of the phallus through the spectacle of itself, their music dwells in this lack, unabashedly mobilizing the otherness of the feminine and pushing the transgressive force of the female voice to its limits. The unorthodox and extreme vocalizations of moaning, weeping, screaming, chanting refuse resolution. They rupture the very possibility of being captured, and transform the auditory space into one of relentless affect, where the unknowable feminine resounds without grasp—endlessly deferred, forever haunted.

10   Linda Williams, *Hard Core: Power, Pleasure, and the "Frenzy of the Visible"* (Berkeley: University of California Press, 1989), 114.

Đỗ Tường Linh
A reflection on Ly Hoàng Ly's poetry

I.

"Torment and Experimentation" (*Lô Lô*, 2003)

I lock myself in a black bag
The whole world cannot see me
Seeking the feeling when my breath breaks and no one knows

The black bag is full, breath taut and rigid
When it bursts, what scent will escape?

I lock myself in a white bag
The whole world sees the veins on my face
Seeking the feeling of being pitied in death

The white bag is full of blurred sweat
When it bursts, what scent will escape?

Rain falls on the white bag
Rain falls on the black bag
Is there a difference?
Shh!
Silence!
Plug your ears to listen
Pinch your nose to smell
Close your eyes to see
Very different!

Encountering Ly Hoàng Ly's "Hành xác và thử nghiệm" for the first time in 2003 through her *Lô Lô* poetry collection was a revelation. The poem immediately struck me not only for its intensely personal voice but also for its radical, sensorial exploration of the female body. In a post-Đổi Mới Vietnam, where artistic expression was beginning to stretch beyond conventional boundaries, Ly Hoàng Ly's work embodied a freshness and boldness that opened new ways of thinking about poetry, performance, and embodiment.

The poem's structure—a repetition of confinement and sensory immersion in black and white bags—creates an intimate, almost claustrophobic tension. The black bag, suffocating and opaque, embodies isolation and the hidden dimensions of the self: a desire to experience the fragility of breath and mortality unseen. The white bag, in contrast, exposes the body to the world, rendering veins visible, invoking both vulnerability and a complex entanglement of pity and gaze. Ly's exploration of these extremes—concealment versus exposure— illustrates the body as a site of experimentation and reflection, where physical sensation and emotional intensity intersect.

The final stanza, with the rain falling on both bags and the invitation to block sensory perception radically challenges conventional perception: "plug your ears to listen / pinch your nose to smell / close your eyes to see". It foregrounds subjectivity and embodied experience over narrative or logic, suggesting that the meaning of sensation and difference can only be accessed through immersion rather than mediation.

For me, reading this poem was transformative. It marked my first encounter with a form of poetry that was unapologetically personal and intensely bodily, opening a pathway to contemporary art practices where the body itself could become a site of exploration and performance. It illustrated the freedom emerging in Vietnam's post-Đổi Mới artistic landscape, where disciplinary boundaries—between poetry, performance, and visual art—could be interrogated and dissolved. Ly Hoàng Ly's work was not merely to be read but to be felt, sensed, and even lived through, and it revealed the possibilities of art as both a deeply personal and experimental endeavor.

II.

"The Woman and the Old House", penned in 2001 and gathered into *Lô Lô* (2003), unfolds like a palimpsest of Hanoi itself—where tradition lingers in crumbling walls, and modernity seeps through the rain-stained windows. When Ly Hoàng Ly steps into the room in her white *áo dài* traditional Vietnamese dress at *Cha và con và thơ* (2008, Alliance Française), the poem no longer rests on paper; it rises, breathes, inhabits space. Her body becomes a vessel, a hinge between past and present, a rhythm of memory and decay, a site where history bends and the city exhales its layered, spectral streets. Here, the corporeal and the architectural collide, the temporal unravels, and poetry spills into performance, dissolving boundaries between the observer and the witnessed, word and gesture, self and space. From the opening lines, the old house embodies the weight of tradition and the residues of time:

"Chairs with carved backs, velvet upholstery tattered to shreds.
The fireplace, cold for years.
White marble, crusted black."

The detailed materiality of the interior—the tattered velvet, cold fireplace, blackened marble—signals both decay and endurance. The house is a repository of history, the physical traces of generations and rituals now in decline. The luxurious craftsmanship of carved chairs and marble surfaces, once symbols of refinement and social order, is juxtaposed with their current state of neglect. In this sense, the house metaphorically represents tradition: culturally rich yet challenged by the pressures of time and modern transformation. The figure of the woman in white áo dài acts as the interlocutor between past and present, tradition and change:

"A woman in a white áo dài sits, legs crossed,
On the only intact velvet chair."

Her poised, meditative posture amidst the decay indicates resilience, a conscious preservation of self and cultural identity in the face of societal and historical erosion. The repetition of this image throughout the poem emphasizes her role as a stabilizing force, bridging the old and the new. The áo dài itself, a traditional garment, functions symbolically: it is at once a marker of Vietnamese identity and a medium through which the female body negotiates the pressures of modernity.

"The window opens to a rainstorm breaking the amniotic sac of the night sky.
Rust flaking from the iron bars."

The storm, violent and primal, contrasts with the measured stillness of the woman. It represents external forces of change—modernity, urban development, and social flux—that penetrate the protective boundaries of traditional spaces. The flaking rust and damp decay of walls evoke entropy, underscoring the fragility of cultural and historical continuity in the modern era.

Ly Hoàng Ly's attention to microscopic, almost imperceptible details, such as bacteria clinging to dust or cockroaches stirring under floorboards, reveals a profoundly sensitive and distinctive approach to depicting place and urban memory.

"Bacteria cling to each grain of dust,
Eavesdropping on the growth of mold.
Under the water-gleaming plank bed, like a mirror,
Is the night of the last century,"

The poet transforms the minute and often overlooked elements of the domestic interior into carriers of history and affect. Bacteria and dust, typically associated with decay or neglect, are anthropomorphized as witnesses ("eavesdropping") suggesting that even the smallest components of a space participate in the accumulation of memory. By doing so, Ly Hoàng Ly renders the house—and by extension, the city of Hanoi—as a living, sensitive entity, capable of holding the layered temporalities of the past.

This micro-level attentiveness demonstrates a sensitivity that is both literary and phenomenological: Ly Hoàng Ly invites readers to inhabit the space fully, to perceive it not just visually but sensorially, as a body

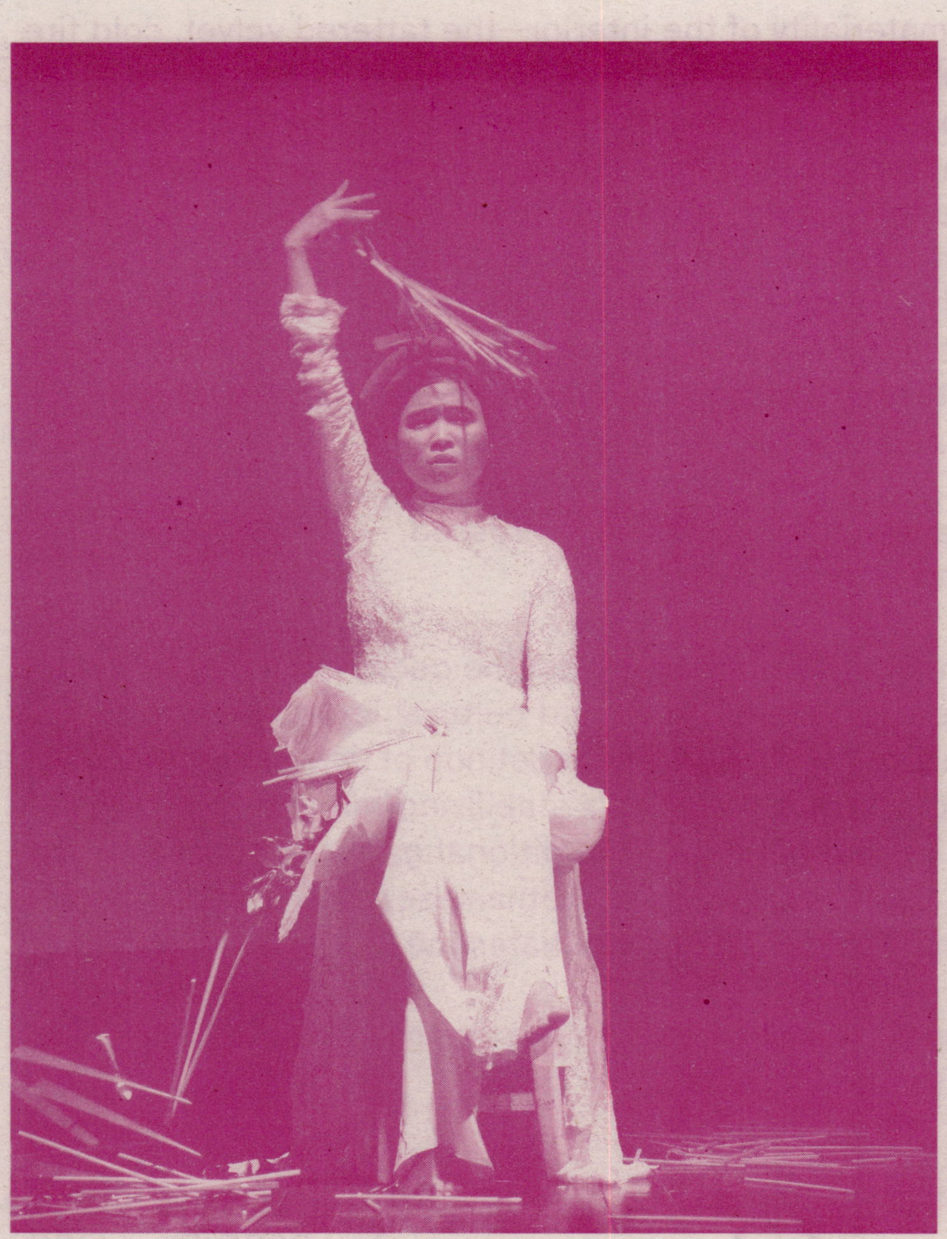

Ly Hoàng Ly, *The Woman and the Old House*. Photo courtesy of the artist.

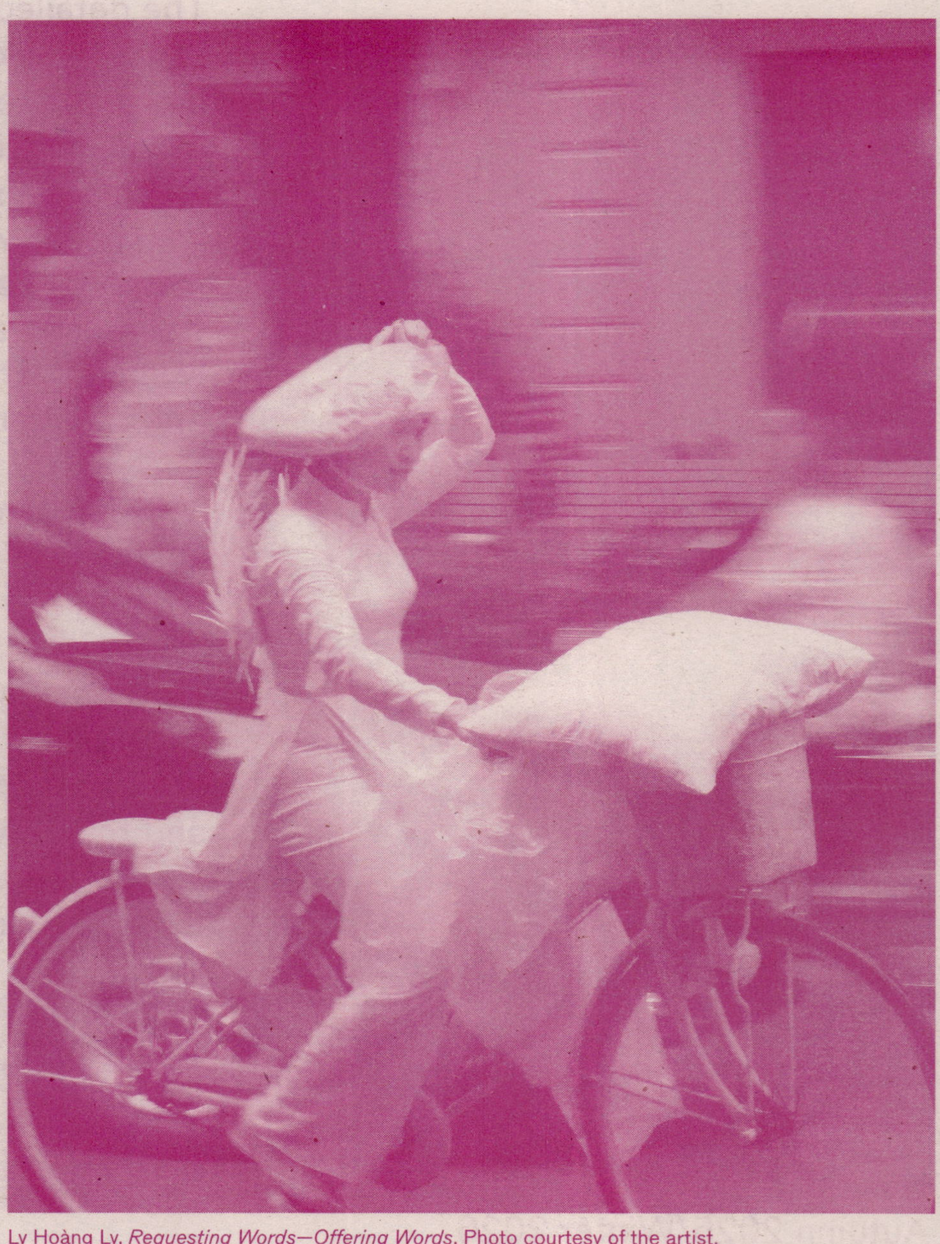

Ly Hoàng Ly, *Requesting Words—Offering Words*. Photo courtesy of the artist.

inhabits and experiences the urban and domestic environment. This approach distinguishes her work from more conventional urban or domestic descriptions, where the focus might lie on surface aesthetics or social narrative. In her prose, even the tiniest agents are imbued with significance, making the city itself a living, dynamic character.

These lines suggest that modernity is not only external but seeps inward, manifesting in the slow, almost invisible processes that erode tradition from within. Yet the woman's continued presence anchors continuity and resistance: "Keeping her unborn child steady and defiant". The unborn child may be read literally, signaling pregnancy, yet metaphorically it embodies potential, vulnerability, and the future, positioned between societal expectations, cultural memory, and personal agency. The juxtaposition of the woman's white áo dài—a traditional symbol of purity, sometimes associated with virginity—with pregnancy introduces tension. It challenges social taboos, destabilizes norms, and places her body at the intersection of sacredness and transgression.

The poem's haunting refrain, *"Oe oe oe"*, resists definitive interpretation. It could be the cry of the unborn child, as it anticipates birth into a turbulent, decaying world. It could also be the woman's own lament, a manifestation of exhaustion, grief, or defiance. The ambiguity of sound collapses temporal and bodily boundaries, linking maternal and fetal experience, interior and exterior worlds, tradition and modernity. The climactic emergence of the child, also in a white áo dài, embodies reconciliation and continuity:

"A little girl in a white áo dài slips gently down from the last intact velvet chair.
Her round eyes, clear as glass.

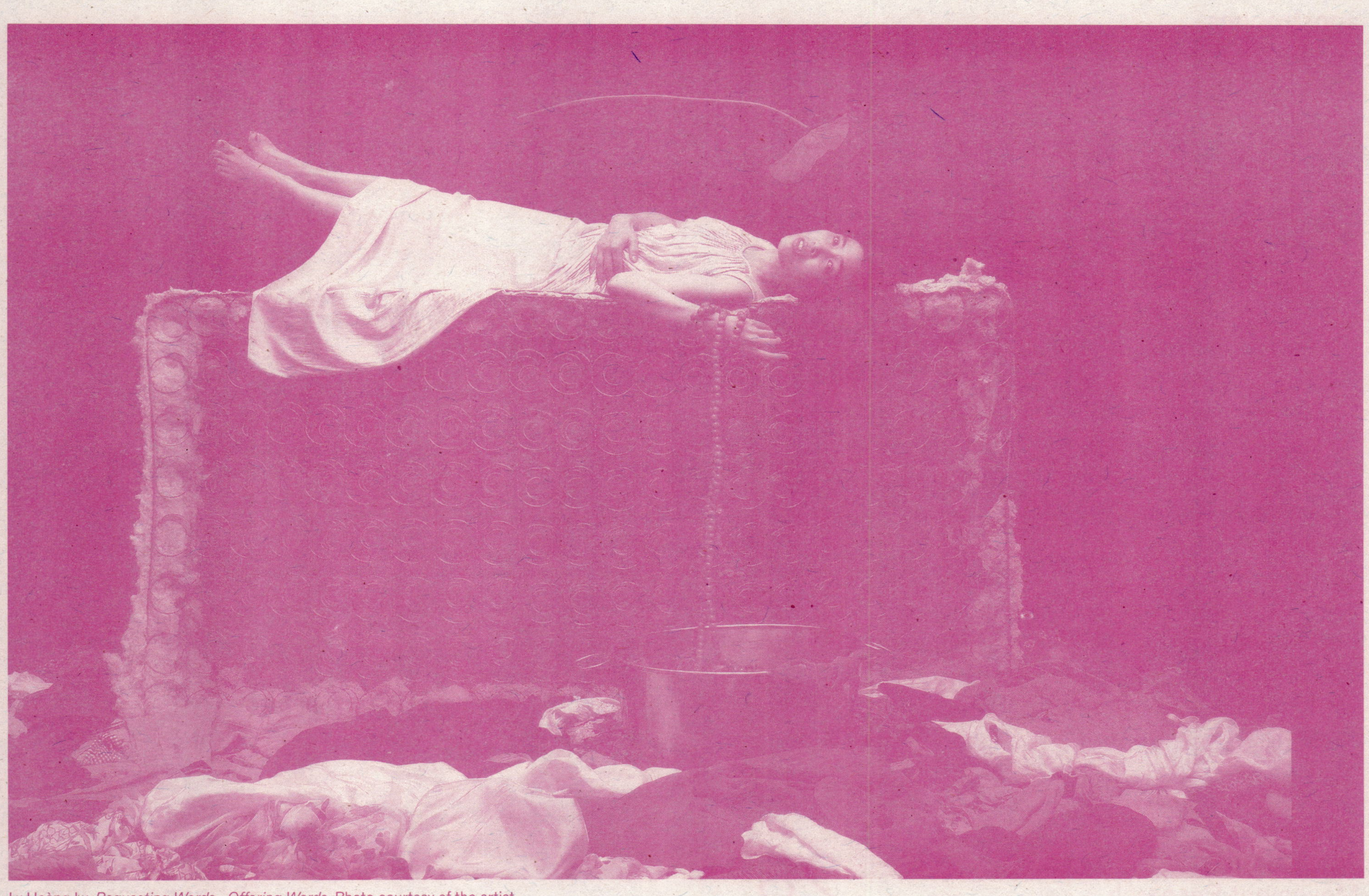

Ly Hoàng Ly, *Requesting Words—Offering Words*. Photo courtesy of the artist.

She walks a bewildered circle,
Touches the fireplace, the window, the walls, and all the damp decay."

The child's tactile engagement with the decaying house enacts a
negotiation between past and present, tradition and change. The white
áo dài, again, carries dual meanings of purity and inherited identity,
now embodied in the next generation. Tradition is neither static nor
ossified; it is activated, negotiated, and reinterpreted through bodies,
gestures, and generational continuity.

The poem closes with a gesture of cleansing and renewal.

"Raindrop-like sunlight falls endlessly,
Washing her dusty hands clean."

Rain and sunlight intermingle, suggesting the dialectic of destructive
and regenerative forces. History, corporeality, and memory converge in a
luminous moment of hope, leaving the reader with a vision of continuity
and transformation, where tradition and modernity coexist in tension,
and the body becomes a site of both inheritance and experimentation.

III.

"From . To . Having (No) Beginning And (Having) No End"
(written for a series of performances at Nhà Sàn Collective, July 2015)

One can control the starting point
But cannot control the destination.
A party cannot exist without people,
Yet a party might exist without a single soul.
Food is laid out for flies,
Or there is no food, and thus, no flies.

From A to B is a party where the starting point is controlled.
Starting points A, A', A'', A''', A'''', A''''' and A with infinitely more
apostrophes
cannot be counted aloud within the span of a human life.
The starting point is connected to another resting point.

The bell tolls at noon.
The starting points begin to roll and stop at the same place.
The marker is 6 p.m.
Fated to meet,
But will they even see each other?

A resting point is not a destination.
Seeing each other, tracking one another—this doesn't mean we
understand what on earth anyone is truly doing.
Not seeing each other, not tracking one another,
Letting others observe all of us from afar.
Meanwhile, we just keep living, keep rolling, keep live-streaming
our existence.

The feast might only exist online,
Food listed on the tangible table is sniffed by the online crowd,
like offerings prepared for the spirits of the departed.
The departed rise from the screens,
Swirling online, haunting the living world.

(Translated from Vietnamese by Ly Hoàng Ly)
One can control the starting point.
One cannot control the destination.
A.
A'.
A''.
A'''.
A''''.
A'''''.
A with infinitely more apostrophes.
Time spills.
Rolls.
Waits.
Cannot be counted.
Not in a human life.
Not in one breath.
The bell tolls at noon.
Markers.
Anchors.
Six PM.
Fated to meet.
Or pass unseen.
Observation is not understanding.
Seeing is not knowing.
We live.
We roll.
We stream ourselves into the world.
Food on the table.
Or not.
Flies.
No flies.
The feast exists online.
Or in memory.
Or in the watching of ghosts.
Departed rise,
swirling through screens,
haunting the living.
Duration is subtle.
Quiet.
Patient.
The woman is still.
The body as instrument,
medium,
vessel of time.
Gestures accumulate.
Moments fold into one another.
Infinite apostrophes of now.
The white áo dài returns.
A woman sits.
Crossed legs.
Stillness.
Rain.
Decay.
Cockroaches stir.
Dust breathes.

An unborn child
steady.
Defiant.
Time held in a body.

The silent measure of history.
The pulse of waiting.
Oe oe oe.
Who cries?
The unborn?
The woman?
Time itself?
A child emerges.
White áo dài again.
Round eyes.
Glass-clear.
Touching walls, fireplace, decay.
Exploring the folds of history.
Tradition is not fixed.
Modernity is not destruction.
Movement activates meaning.
The past is embodied.
The future is lived.
Raindrop-like sunlight falls.
Hands washed clean.
Time cleanses.
History, body, memory converge.
A luminous now.
Ly Hoàng Ly: female performance artist in
Time is her medium.
Subtlety her tool.
Presence her gesture.
Duration her canvas.
From beginning.
To no end.
The poem rolls.
The performance unfolds.
Moments multiply.
Gestures accumulate.
Time is not linear.
Time is lived.
Time is felt.

Ly Hoàng Ly & Đỗ Tường Linh

*"Memory is air" is a line from "Memory Memory (Ký ức)", published in the first issue of *Văn* nghệ new edition in June 2021. This translation was made by Ly Hoàng Ly and Việt Lê. The text was also used in Ly Hoàng Ly's performance.

Đỗ Tường Linh: Could you share a bit about the time when you first began making performance works? Back then you were studying at the Vietnam University of Fine Art (Yết Kiêu) and starting out as a painter. Why the shift?

Nguyễn Minh Phước: Well, it followed the natural course of social development. After Đổi Mới [Renovation], there was suddenly more access to information. There were books and journals from abroad, and people returning from overseas studies brought back new knowledge. At that time, there was no internet yet. It was mainly foreign books and journals, mostly from Europe and the U.S. They introduced new forms of art that went beyond what was taught in the curriculum at the Vietnam University of Fine Arts.

So it wasn't just about painting or sculpture anymore, and it wasn't entirely dependent on material. Instead, there was more emphasis on conceptual art, on the idea and the concept. The approach to art became much more open, which I found very compelling. So, I started experimenting as a way of exploring further. It had many advantages. First, you weren't so bound by material. Of course, material is still important, but with performance you didn't need big expenses and you could still convey an idea or an artistic concept.

Second, performance could allow you to interact directly with the audience, something painting or traditional sculpture couldn't really offer. With painting, the viewer usually has to guess or require an explanation, it's an approach tends to be academic and sometimes dry. Performance, on the other hand, opened up a new direction—

closer, more connective, and contributing to the evolving relationship

between art and society. At that time, I simply wanted to experiment, both to understand this medium and to better understand the artistic environment around me.

ĐTL: Could you share when you made your first performance work and describe it for us?

Từ Hành Động Cá Nhân Đến Biểu Diễn Xã Hội:
Nguyễn Minh Phước và Sự Ra Đời của Ryllega

Phỏng vấn và Dịch
bởi Đỗ Tường Linh

Đỗ Tường Linh: Vậy anh có thể chia sẻ về tác phẩm trình diễn đầu tiên anh làm là vào năm nào không ạ? Anh có thể mô tả lại một chút về tác phẩm đó được không?

Nguyễn Minh Phước: Lúc đầu thì thật ra anh cũng chưa hiểu rõ lắm về trình diễn, chưa nắm hết được khái niệm của nó đâu. Chỉ là thấy hay thì thử làm thôi. Tác phẩm đầu tiên anh làm chắc khoảng năm 1998 hoặc 1999 gì đó. Anh không nhớ chính xác.

Lúc đó anh làm ở ngay trong xưởng, trong studio của mình. Rồi nhờ Thụy với một người bạn quay phim, chụp ảnh lại. Nhưng sau này nhìn lại thì anh thấy cái đó vẫn chưa đúng với tinh thần của performance lắm. Nó còn mang tính diễn giải, kiểu như mình đang "diễn" hơn là "trình diễn", nên nó chưa thật sự chạm được vào bản chất của nghệ thuật trình diễn. Về sau, khi hiểu sâu hơn và thực hành nhiều hơn thì cách làm của anh cũng dần thay đổi và phát triển khác đi.

ĐTL: Cái ý anh nói "chưa đúng lắm," tức là do tự anh cảm nhận như vậy, chứ không phải vì có ai phê bình hay nhận xét đúng không ạ?

NMP: At first, honestly, I didn't really understand performance, I hadn't grasped its concept fully. I just thought it was interesting and tried it out. My first piece was probably around 1998 or 1999, I can't remember exactly.

I did it right in my studio. I asked Thụy, an artist and colleague, and another friend to film and photograph it. But looking back later, I realized it wasn't quite in the spirit of performance. It was more interpretive, more like 'acting' than 'performing', so it didn't really touch the essence of performance art. Later, when I understood more deeply and practiced more, my approach gradually changed and developed.

ĐTL: When you say "not quite right," do you mean that was just your own feeling, or because it was criticized?

NMP: Oh, it was entirely my own realization. I did it in the studio, without an audience, so it was really just experimentation, research, a kind of self-study, self-discovery.

Later I learned that there were other artists, like Mr. Shimoda, who often did solo performances to no audience. He said he did them to experience his own emotions, to observe his work himself, without needing an audience. That's also a valid approach, which I only came to understand later. But at the beginning, I was simply testing whether I felt satisfied, like when you sit and paint alone. It doesn't necessarily require an audience to count as art.

At the very start, because I didn't yet understand the essence of performance, my work was still theatrical, a bit overdone, since I worried that others wouldn't understand or wondered what they might think. So it was still far from the true meaning of performance art. Later, after I read more, I came to understand better: Performance isn't just "doing something strange." It's an action, a happening, a chain of experiences using your own body to convey a message. It may involve interaction, spatial installation, communication with viewers, but the core is: What idea are you trying to convey? That message is expressed through action, the body, the space, and the relationship between artist and audience.

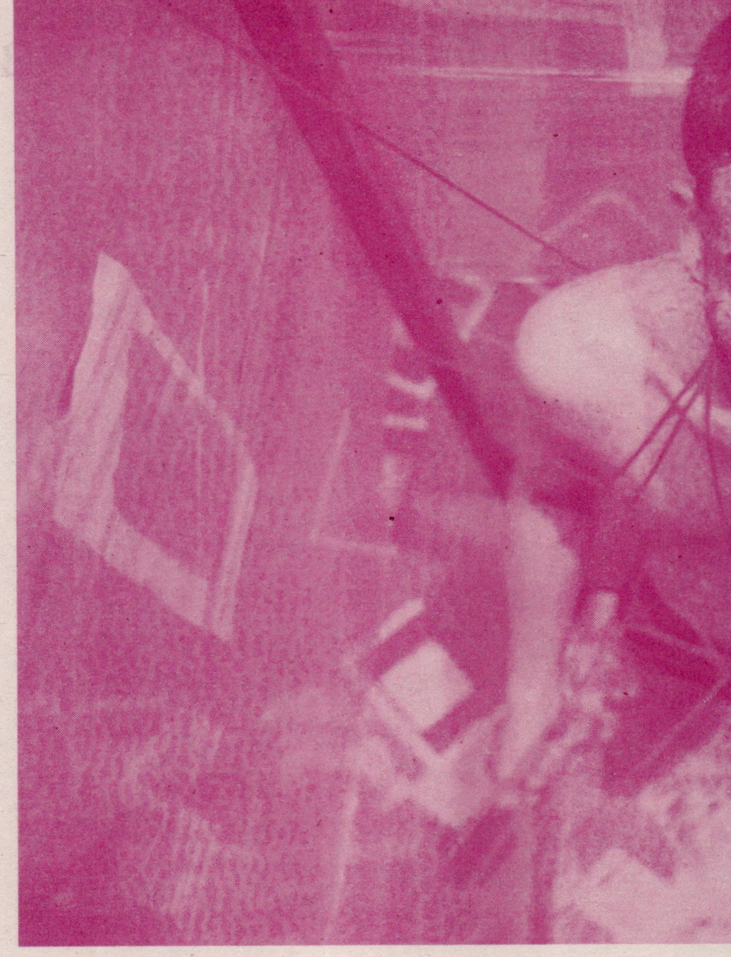

Photo courtesy of the artist.

NMP: À không, đúng rồi. Cái đó hoàn toàn là do mình tự thực nghiệm thôi em. Anh làm trong xưởng, không có khán giả, tức là tự làm để thử nghiệm, để nghiên cứu, như một hình thức tự học, tự khám phá vậy.

[...]

ĐTL: Anh có thể mô tả lại một chút về tác phẩm đầu tiên đó được không ạ? Mình còn tư liệu gì của nó không?

NMP: Anh làm tác phẩm đó hoàn toàn dựa theo cảm xúc và hoàn cảnh cá nhân của mình lúc bấy giờ, cũng như suy nghĩ của anh về xã hội thời điểm đó. Nó là một tác phẩm đơn giản thôi.

Anh nhớ lúc đó mình làm một cái khung sắt nhỏ, chứ không hẳn là lồng sắt, dạng hình chữ nhật, cao khoảng 2 mét, rộng tầm 80 phân. Anh đứng bên trong cái khung đó, rồi tự mình quấn, tự trói lại cơ thể bằng dây, xung quanh là rất nhiều đồng tiền âm phủ. Thời điểm ấy, anh nghĩ rất đơn giản, mộc mạc lắm. Mới ra trường, vừa bước chân vào đời, anh cảm thấy bị bó buộc bởi những áp lực cơm áo gạo tiền, trách nhiệm, và gánh nặng cuộc sống. Cái việc tự trói mình lại, nó thể hiện đúng cái cảm giác đó: bị kẹt, bị siết lại bởi hiện thực.

Lúc đó mình chỉ là sinh viên mới ra trường, nên suy nghĩ cũng rất trong sáng, đơn thuần. Mình chỉ muốn thể hiện cái hiện trạng cá nhân của chính mình lúc đó, và đồng thời cũng muốn gợi mở ra một điều rộng hơn, rằng xã hội sau Đổi Mới tuy đã mở cửa, nhưng lại đặt quá nhiều trọng tâm vào kinh tế, mà thiếu đi sự quan tâm tới những lĩnh vực khác như giáo dục, y tế, hay văn hóa nghệ thuật. Nói chung là nó rất giản dị. Mình tự làm, tự thử nghiệm, nên tất cả cũng xuất phát từ những suy

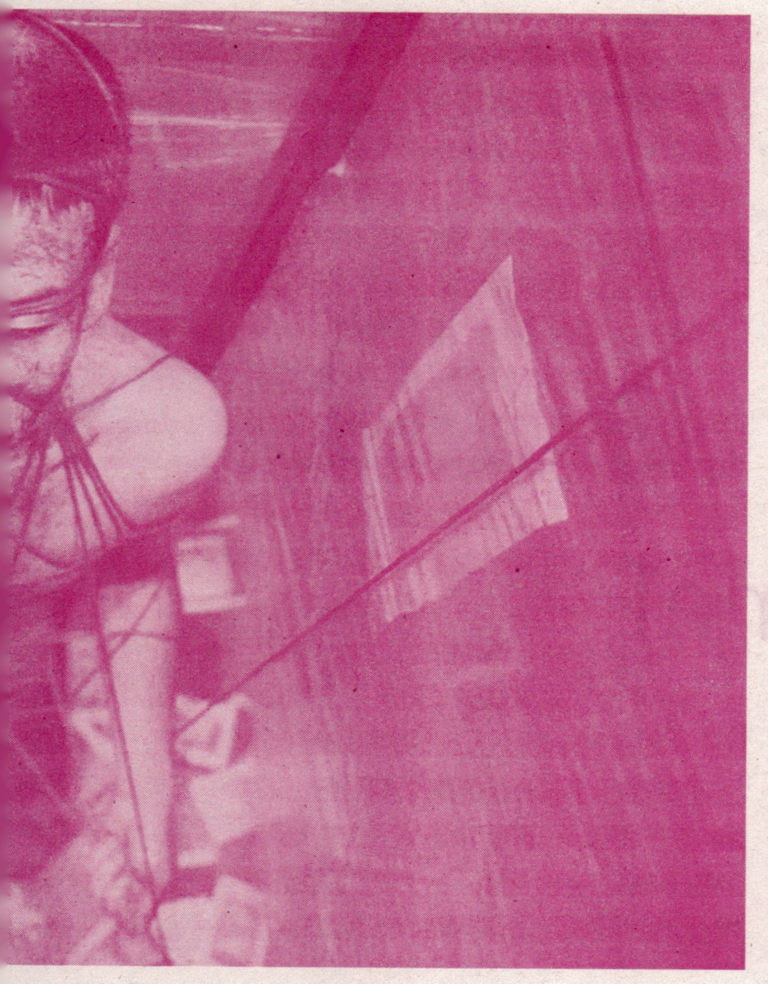

Only then did I begin to understand more deeply; before that, it was just instinctive, intuitive. Even now, many people do performance, but I think... they still don't quite understand its essence. Of course, this is an experimental medium, and a very diverse one, which often blurs the boundaries between genres. So, performance artists are also easily misunderstood.

ĐTL: Could you describe that first work a little? Do we still have any documentation of it?

NMP: I made that piece entirely out of my own emotions and circumstances at the time, as well as my thoughts about society then. It was a very simple work.

I remember I built a small iron frame, not exactly a cage, more like a rectangular structure, about 2 meters tall and around 80 centimeters wide. I stood inside that frame and bound myself with ropes, wrapping and tying my body. Around me were a lot of joss papers, imitation money for the dead. At that time, my thinking was very simple, very plain. Fresh out of school, just stepping into life, I felt constrained by the pressures of making a living, by responsibilities, by the burdens of daily survival. The act of tying myself up directly expressed that feeling—

trapped, tightened by reality.

Back then, I was just a recent graduate, so my thinking was still very straightforward and unadorned. I simply wanted to express my personal condition at that moment, but also hint at something broader: although post-Đổi Mới society had opened up, it placed too much emphasis on the economy, while neglecting other fields like education, healthcare, or cultural and artistic life.

ĐTL: Could you share about the development process in your performance art practice? What major changes have occurred in your approach to performance over the years?

NMP: That was my first work. Later, as I understood more clearly what performance was, I began creating many more works. From the year 2000 onwards, when Nhà Sàn started operating, I had more space to experiment and perform. Other artists also participated. I began making several more pieces, and the more I practiced, the more I understood this medium.

nghĩ rất thật, rất cá nhân như vậy thôi. Anh nhớ là hồi đó có chụp lại mấy tấm ảnh, có rửa ra, để anh tìm lại xem, chắc là vẫn còn trong đống ảnh cũ.

[...]

ĐTL: Anh có thể nhắc lại về tác phẩm *Sleepwalking [Mộng du]* năm đó được không ạ? Tại sao từ lúc ban đầu anh chỉ trình diễn trên cơ thể mình, giờ anh lại làm cùng một nhóm người như vậy?

NMP: À, điều đó đến từ quá trình làm việc và giao lưu với nhiều nghệ sĩ khác. Mặc dù lúc đó số người làm performance ở Việt Nam không nhiều, nhưng anh em vẫn thường trao đổi về vấn đề này. Anh tự nhận thấy rằng thay vì chỉ diễn một mình theo kiểu đạo diễn định sẵn, tại sao mình không phá bỏ bớt những ràng buộc đó?

Bởi vì có những cách khác vẫn truyền tải được ý tưởng, cảm xúc, và thông điệp đến người xem một cách hiệu quả.

Ý tưởng này được xây dựng dần theo năm tháng qua các tác phẩm mà anh làm. Rồi anh quyết định thử nghiệm. Ban đầu, anh định làm một phim tài liệu về hiện tượng người dân từ ngoại thành di cư vào thành phố. Lúc đó, sự chênh lệch phát triển kinh tế giữa thành thị và nông thôn rất lớn. Nhiều người từ ngoại thành đến sống ở vỉa hè, làm các công việc như cửu vạn, đánh giày, bán hàng rong, thậm chí cả gái điếm, bốc vác... Họ bị xã hội xem như "rác đô thị," bị truy quét và bắt về quê.

Anh đặt câu hỏi: tại sao họ phải bỏ nhà cửa, quê hương để ra thành phố sống trong cảnh bị coi thường và bị chà đạp như vậy? Họ cũng có gia đình, mơ ước, mong muốn như người khác. Nhiều người là cựu chiến binh nhưng lại không có kỹ năng hay giáo dục để làm công việc tốt hơn. Ở quê lại nghèo khó, kinh tế trì trệ. Họ chấp

I have scattered works from that period, some of which still have documentation. Some pieces were made during workshops, created spontaneously when inspiration struck. A representative work is *Blue, Red, and Yellow*. This piece marked a shift in my approach to performance: I no longer used my own body directly, but began using the bodies of others, and even animals.

For example, in a performance at the Goethe-Institut, I included a chicken as part of the work. I realized that I didn't need to be limited by material or even appear on stage myself. Performance only requires

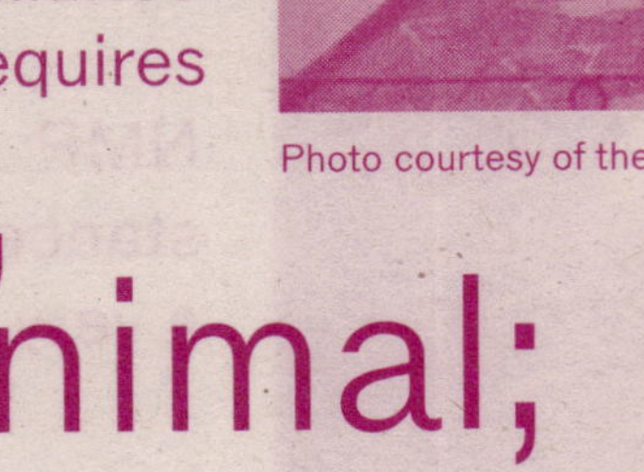
Photo courtesy of the artist.

a movement; a body, be it human or animal; and a clear idea. The artist doesn't

have to perform personally, but can direct a situation or action to become art.

Later, I learned that many artists worldwide were also working in this way. When I went to the U.S. in 2005 to screen my work and participate in an artist talk, one artist asked if I knew of a very famous performer, Vanessa Beecroft, who hires models for her performances. She often arranges models like mannequins in museum spaces. I didn't know her work at that time, but when I inquired further, I learned that the piece she referred to was created after my work (*Blue, Red, and Yellow* in 2003; hers around 2004).

That fascinated me: even without knowing each other, artists in different parts of the world can follow similar directions in their practice. They are no longer just 'performers', but 'directors' of their performance pieces. And that, in itself, is still considered performance.

ĐTL: Could you revisit the work *Sleep Walking – Mộng du* from that year? Why did you start performing with a whole group of people instead of just using your own body, as you did initially?

NMP: Initially, I planned to make a documentary about people migrating from the suburbs into the city. At that time, the economic gap between urban and rural areas was very large. Many people came from the outskirts to live on the sidewalks, doing jobs like porters, shoe-shiners, street vendors, even sex workers, laborers... **They were treated as "urban trash,"** often rounded up by authorities and sent back to their hometowns.

nhận hy sinh bản thân vì hạnh phúc, vì nuôi con cái ăn học, vì mong muốn cuộc sống tốt đẹp hơn.

Khi làm phim và tiếp xúc với họ, anh thấy họ cũng như bao người bình thường khác với những giấc mơ và khát vọng riêng. Họ sống lặng lẽ, bị công an bắt đi bắt lại, bị lừa đưa về quê rồi lại trốn ra thành phố tiếp tục cuộc sống.

Từ đó anh nảy ra ý tưởng: tại sao không dùng chính những người này để làm performance? Ban đầu, anh nghĩ đến việc làm một tác phẩm kết hợp video, performance và sắp đặt nghệ thuật, vì nghệ thuật hiện đại không còn bị giới hạn vào một chất liệu cố định nào nữa. Ý tưởng, cảm xúc mới là nghệ thuật.

Tác phẩm này trở thành một sự tổng hòa giữa video, performance, và happening. Vì thế rất khó để phân loại rõ ràng nó thuộc thể loại nào. Khi mọi người đến xem, họ

tương tác rất thật với các nhân vật trình diễn – những người lao động, cửu vạn kể về giấc mơ và cuộc sống của mình, viết những mong muốn đó lên tường.

Tuy nhiên, tác phẩm cũng gặp nhiều khó khăn về kiểm duyệt vì tính dân chủ và khả năng những người tham gia có thể nói lên tiếng nói của mình. Họ rất sợ bị bắt lại nên việc thuyết phục họ tham gia rất khó khăn. Cuối cùng, Viện Goethe hỗ trợ kinh phí khoảng 1,6 triệu đồng để trả công cho 16 người tham gia, coi như tiền công lao động một buổi tối.

Tác phẩm khá thành công, nhiều người xem đến triển lãm đã khóc khi nghe và đọc những câu chuyện, những giấc mơ của họ. Anh còn lưu giữ được một số video và hình ảnh chính của dự án dù cũng mất mát một phần tư liệu.

I asked myself: Why must they leave their homes and villages to live in the city, being looked down upon and trampled like this? They have families, dreams, and aspirations like anyone else. Many were veterans but lacked the skills or education for better work. Life in the countryside was poor and economically stagnant. They sacrificed themselves for happiness, for their children's education, for the hope of a better life.

While making the film and interacting with them, I realized they were just ordinary people, with their own dreams and desires. They lived quietly, repeatedly taken by the police, sometimes tricked into returning to their villages, only to escape back to the city to continue living. From that, the idea emerged: Why not use these people in a performance?

At first, I thought about creating a work combining video, performance, and installation, because contemporary art was no longer limited to a fixed material. It is the idea and emotion that define art. The work became a synthesis of video, performance, and happening, making it hard to categorize. Viewers interacted very genuinely with the performers. The laborers and porters shared their dreams and lives, writing their wishes on the walls. However, the work faced challenges with censorship due to its democratic nature and the fact that participants could voice their own perspectives. The performers feared getting caught again, so convincing them to participate proved difficult. In the end, the Goethe-Institut provided funding of about 1.6 million VND to pay 16 participants, essentially as a one-evening labor fee.

The work was quite successful; many visitors cried when hearing and reading their stories and dreams. I managed to preserve some videos and key images from the project, though some documentation was lost. Later, I was invited to the U.S. to do a similar project for disadvantaged Mexican communities. But I declined, both because of time constraints and because I wanted to work with communities I understood more deeply.

Other invitations came from Europe, like a project for the Vietnamese diaspora in Germany, but I wasn't interested in repeating the same motif too many times. I need passion to create meaningful work; without it, the work would lack depth. So I continued developing one or two more versions of the piece. Eventually, however, I no longer felt the same excitement. Not a total loss of interest, but

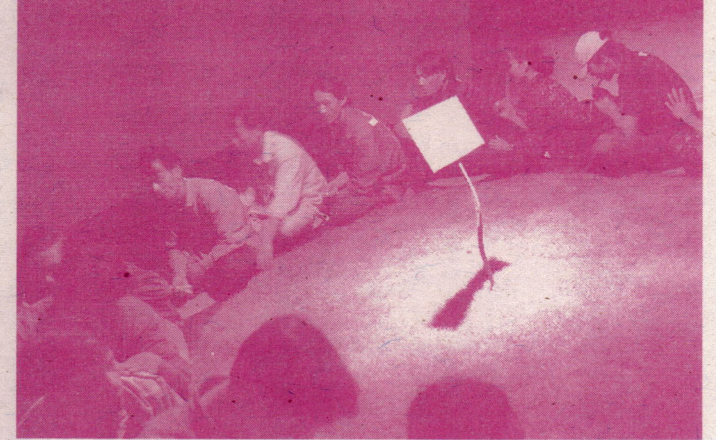
Photo courtesy of the artist.

Sau đó, anh tiếp tục phát triển ý tưởng và từng được mời sang Mỹ làm dự án tương tự cho cộng đồng người Mexico cũng chịu nhiều thiệt thòi. Nhưng anh từ chối vì muốn làm việc với cộng đồng mình hiểu rõ hơn và do hạn chế về thời gian.

Nhiều lời mời khác đến từ châu Âu, như dự án cho người Việt kiều ở Đức, nhưng anh cũng không cảm thấy hứng thú vì không muốn làm lại một mô típ quá nhiều lần. Anh làm việc phải có đam mê, nếu không có hứng thì không thể tạo ra tác phẩm có ý nghĩa. Vậy là anh tiếp tục phát triển tác phẩm thêm một, hai phiên bản nữa. Nhưng đến một lúc nào đó, cảm giác không còn hứng thú nữa. Không phải là mất hứng hoàn toàn, mà anh thấy làm performance như thế vẫn chưa đủ, muốn thử sức với những thứ khác. Từ thời điểm đó đến giờ, anh cũng chưa làm lại performance nữa.

[...]

ĐTL: Anh có thể chia sẻ một chút về Ryllega được không? Tại sao lúc đó anh lại mở không gian này, và tại sao lại làm cùng với anh Thụy? Anh có thể giải thích về ý nghĩa của tên Ryllega và mô hình artist-run space mà anh từng vận hành được không?

NMP: Về bối cảnh nghệ thuật Hà Nội lúc đó, rất ít không gian dành cho nghệ thuật đương đại hay các hình thức nghệ thuật mới ngoài tranh và tượng. Các gallery thì nhiều, nhưng phần lớn là để buôn bán tranh, tượng hoặc đồ lưu niệm cho khách quốc tế, chứ không phải không gian thực hành nghệ thuật thật sự. Nghệ sĩ underground hoạt động rất hạn chế, chủ yếu ở nhà đại sứ quán hoặc các trung tâm văn hóa nước ngoài như L'espace hay Viện Goethe. Hội đồng Anh thì lúc đó cũng ít hoạt động về nghệ thuật vì họ tập trung vào giáo dục ngôn ngữ.

I felt that doing performance in that way was still not enough, and I wanted to try something else. Since. then, I haven't returned to performance art.

ĐTL: So the first version of *Sleep Walking* was in 2003 at the Goethe-Institut Hanoi, and the subsequent versions in 2004 and 2006 were at Ryllega, the art space you co-founded. Were the participants in these versions similar or different?

NMP: They were different. These were not pre-selected people. They were wanderers, transient in a sense. Each time I did the work, I had to find the right participants all over again. There used to be many people fitting this profile, but later, as authorities began the crackdowns, it became much harder to find them. It wasn't as simple as before; you couldn't just go out on the street and have dozens of people gather around instantly. Eventually, I had to go to more remote areas to find people like that.

ĐTL: So you paid them, like a day's labor, but instead of doing manual work elsewhere, they spent their time participating in your art project, correct?

NMP: Exactly. They entered an art space, and together we created the work. When the audience came, it was usually just for one session, so they could interact directly, ask questions, raise issues, and participate in many spontaneous moments—the happening itself. My role was mainly to observe, research, and think about how to develop the piece further, or explore other approaches. That was my working method. Later, when I felt the project had fully evolved, I stopped after the third version, which was *Circle* at Ryllega.

ĐTL: Could you share a bit about Ryllega? Why did you open this space back then, and why did you do it with Thụy? Could you also explain the meaning of the name and the artist-run space model you operated?

NMP: At that time in Hanoi, there were very few spaces for contemporary art or new forms of art beyond painting and sculpture. There were plenty of galleries, but most existed to sell paintings, sculptures, or souvenirs to international visitors, not as genuine art practice spaces. Underground artists had very limited options, mostly working in embassies or foreign cultural centers like L'espace or the Goethe-Institut. British Council had very little art programming then, focusing mainly on language education.

There were also some small artist-run initiatives, like exhibitions in private studios or open spaces—for example, Salon Natasha organized by Ms. Natasha, or Đào Anh Khánh's private space in the late 1990s.

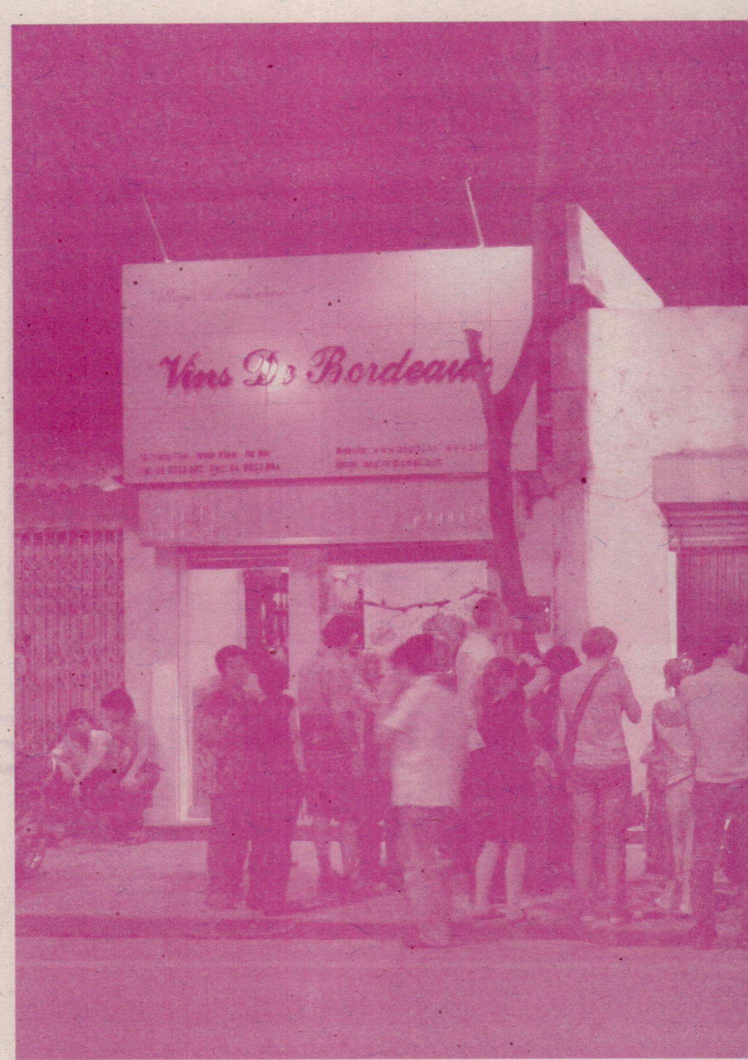
Photo courtesy of the artist.

Ngoài ra, có một số nhóm nhỏ nghệ sĩ tổ chức triển lãm ở studio riêng hoặc không gian mở như Salon Natasha do chị Natasha tổ chức, hay Đào Anh Khánh cũng có không gian của riêng mình từ cuối những năm 90. Nhà Sàn là không gian chính thức được anh Lương và anh Đức sáng lập dành cho nghệ sĩ thực hành nghệ thuật, và đó là nơi anh từng thực hiện tác phẩm sắp đặt đầu tiên "Go West" với hình ảnh bàn tay mọc lên từ mặt đất.

Ở thời điểm đó, hầu hết gallery ở Hà Nội đều không phải do nghệ sĩ quản lý mà là các doanh nghiệp chỉ biết buôn bán tranh, tượng. Họ không thực sự hiểu về nghệ thuật và thường từ chối những tác phẩm không dễ bán, đặc biệt là những loại hình nghệ thuật mới như sắp đặt hay performance. Vì thế, không gian cho nghệ thuật đương đại rất hiếm, đặc biệt cho các nghệ sĩ trẻ muốn thử nghiệm.

Cuối năm 2002, đầu 2003, anh biết có một cửa hàng cho thuê với giá khá rẻ ở 1A Tràng Tiền nên anh nghĩ tại sao không tận dụng không gian đó để đưa nghệ thuật đương đại ra xã hội rộng lớn hơn. Trước đó, những triển lãm thường diễn ra ở nhà đại sứ hay trung tâm văn hóa, lượng khán giả rất hạn chế, chủ yếu là cộng đồng nghệ sĩ và vài người quen biết, không thể phổ cập rộng rãi.

Dù lúc đó rất liều lĩnh và dũng cảm vì nghệ thuật đương đại còn là khái niệm mới, nhiều người chưa hiểu performance là gì, curator là gì, thậm chí chữ "giám tuyển" còn gây tranh cãi, anh vẫn quyết tâm thực hiện và được sự ủng hộ của nhiều nghệ sĩ cũng như một số quỹ văn hóa.

Khi bắt đầu, anh mời anh Thụy cùng làm, anh ấy nghĩ đơn giản là "Ông cứ làm đi, tôi sẽ hỗ trợ bằng việc cùng đầu tư sửa chữa". Còn về tên Ryllega thì hơi buồn cười. Vì gallery ở Việt Nam thuộc quản lý của Bộ Thương mại chứ không phải Bộ Văn hóa,

Nhà Sàn was an official space founded by Lương and Đức for practicing artists, where I created my first installation work, *Go West*, featuring hands emerging from the ground.

At the end of 2002 and beginning of 2003, I found a rental shop at 1A Tràng Tiền, a prime location at a good price, and thought, "Why not use this space to bring contemporary art to a wider audience?" Previously, exhibitions were mostly in embassies or cultural centers, reaching very few viewers, mainly other artists and acquaintances, not the general public. Contemporary art was still a new concept, and many people didn't understand what performance or curatorship meant. Even the word 'curator' was controversial. Although it was risky and bold, I was determined to do it and received support from other artists and some cultural funds.

I invited Thụy to collaborate from the start. He thought simply, "You do it, and I'll help by co-investing in the renovations." The name Ryllega is a bit funny. In Vietnam, galleries were managed by the Ministry of Commerce, not the Ministry of Culture, so they were considered

purely
business ventures.

I thought, why not use this commercial model to restore the gallery to its proper function: connecting artists and audiences, presenting new works, and bringing authentic art closer to the public.

Mr. Lương suggested the name Ryllega because it resembles

relegar

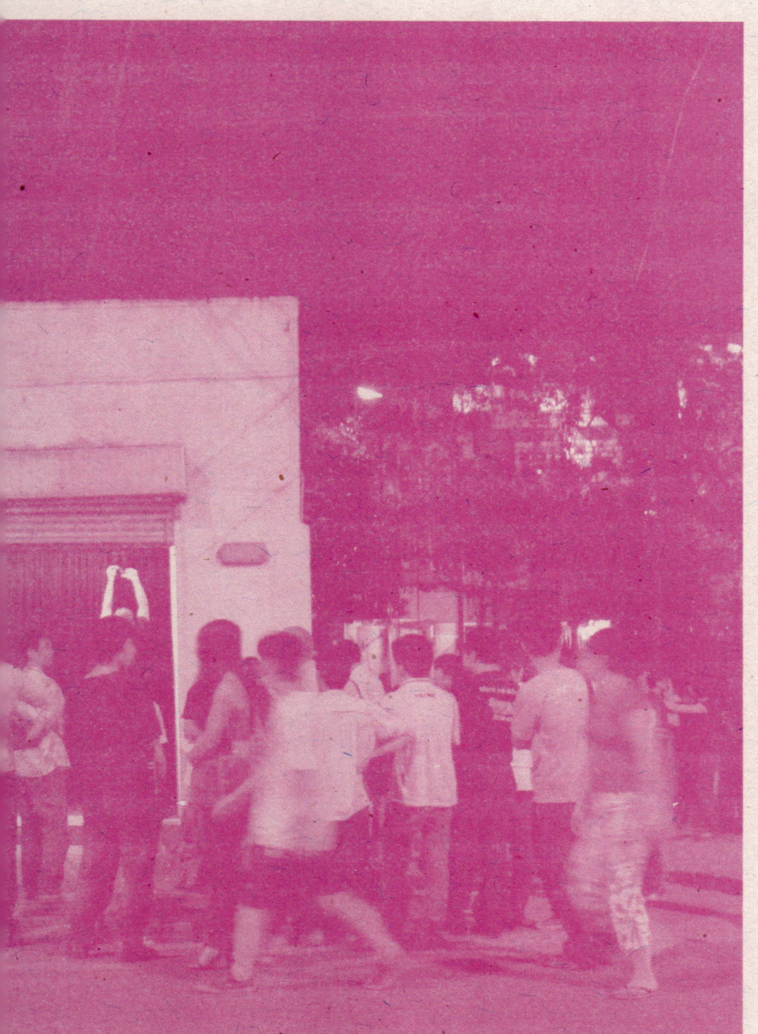

in legal terms, carrying a slight political nuance, and I thought it was a good name. I checked online and it wasn't already in use, so I decided to keep it. The name also symbolizes turning a 'wrong' model of gallery in Vietnam into a 'correct' one, essentially doing the opposite of what others were doing. That's the story of Ryllega.

ĐTL: As you mentioned earlier, Ryllega was right in the center of Hoàn Kiếm District, next to the Hanoi Opera House, a prime location. Did you need permits for your events, performances, or exhibitions, or were you completely free to organize them? Could you share how you negotiated with the local authorities?

NMP: No, I never applied for permits. Here was the situation at the time. First, I opposed the idea of needing a permit for art because the officials reviewing it often had no understanding of it. Having to

tức là gallery bị coi như một mô hình kinh doanh thuần túy. Anh nghĩ, tại sao không tận dụng chính mô hình thương mại này để đưa gallery trở về đúng chức năng vốn có: là nơi kết nối nghệ sĩ và công chúng, giới thiệu những tác phẩm mới, đưa nghệ thuật đích thực đến gần hơn với mọi người.

Ông Lương góp ý đặt tên Ryllega vì nó gần giống từ "relegar" trong luật pháp, mang chút màu sắc chính trị, và anh thấy cái tên này khá hay nên đồng ý. Anh tìm trên mạng thì thấy không bị trùng với cái gì khác, nên quyết định dùng luôn. Thực ra, cái tên này cũng tượng trưng cho việc mình dùng lại mô hình "sai" của gallery ở Việt Nam rồi biến nó thành mô hình đúng, tức là làm ngược lại cái mà người ta đang làm.

Đó là câu chuyện về Ryllega.

[...]

ĐTL: Và cái hay là ngay bên cạnh đấy là hàng trà đá nên là ngay cả những cái reception bình thường của Ryllega, với cả những người bình thường không phải trong giới nghệ thuật họ cũng được tiếp xúc với nghệ thuật.

NMP: Đúng rồi, cái đấy là để mình phổ cập nghệ thuật ra xã hội. Thì thực ra cái đấy cũng cần phải nhìn lại cái lịch sử văn hóa dân tộc, mình bao nhiêu năm chiến tranh, xong lại ở bể thông tin. Cũng rất may Việt Nam cho được dùng thoải mái internet và cũng tiến bộ rất nhanh vì dù sao người Việt Nam cũng đâu phải người chậm hiểu đâu. Nên là nhờ cái internet mà Việt Nam phát triển khá là nhanh, kể cả dân trí, kể cả con người, xã hội. Thì đấy, cái câu chuyện lúc đấy mọi người đều rất là... cái kiến thức về văn hóa, nghệ thuật, kể cả các nền văn hóa khác cũng rất là thiếu thốn. Thì những cái đấy mình để sự ảnh hưởng xã hội càng nhiều thì càng tốt.

and if it were to get banned, then so be it.

I also told the participating artists that working at Ryllega meant accepting that the space could be shut down on opening day.

Only those willing to take that risk could participate.

There was another situation. Some international artists came through diplomatic channels and wanted to collaborate with us. For example, Ms. Allay Cistre was sent by the U.S. State Department as part of a Vietnam-U.S. cultural exchange. She initially wanted to work with the University of Fine Arts but faced difficulties, so she came to me. For bigger programs, we would collaborate with Nhà Sàn, which had few events at the time. She was responsible for permits. The diplomatic route made it very easy. A formal note would be enough, no permit was needed. We benefited from international support that way.

ĐTL: And the great thing is, right next to Ryllega there was a streetside tea lady, so even the gallery's ordinary receptions allowed people outside the art world to encounter art.

NMP: Exactly. That was part of making art accessible to society. You have to consider the history of Vietnamese culture: so many years of war, followed by limited access to information. Fortunately, now people can freely use the internet, and Vietnam has progressed quickly. Vietnamese people are not slow learners. Knowledge, social awareness, and an understanding of art and culture developed rapidly thanks to the internet.

Ví dụ như có những cái tác phẩm về... đấy như em thấy là có những lúc tắc đường, xem mà không hiểu nó là cái gì. Chính những cái tò mò đấy khơi gợi cho người ta và anh yêu cầu nghệ sỹ phải giải thích cho từng người một, kể cả cho cả đứa bé nó hỏi không hiểu, ông cũng nên giải thích bởi vì đây là chúng ta. Mà cái đấy là tốt cho cả hai mà đúng không? Tốt cho cả nghệ thuật, tốt cho cả nghệ sỹ, tốt cả cho toàn xã hội. Tất nhiên nhiều người không hiểu vào hỏi đây là cái gì thì giải thích giải thích, thì họ mới ừ ừ à à. Nhưng mà cái ừ ừ à à đấy, họ về nhà họ sẽ có suy nghĩ. Thì khi có cái ừ na ná giống người ta sẽ nghĩ lại đến cái tác phẩm đấy, đúng không? Cái đấy cũng rất dễ để cho người ta thay đổi cái tư duy, cái chân - thiện - mỹ của nghệ thuật hoặc trong triết lý cuộc sống. Để cho xã hội tốt lên thôi chứ cũng không có ký do gì cả. Nghệ thuật thì thực chất cũng chỉ là để cho mọi người hạnh phúc và hoan hỷ hơn thôi, đúng không?

ĐTL: Vâng. Cái chị mà bán trà đá ở đấy tên là gì anh nhớ? Anh còn hay gặp chị ý không ạ?

NMP: Lâu rồi không gặp, bà đấy cũng còn chả nhớ tên cơ.

ĐTL: Quên mất tên chị ấy rồi...

NMP: Không phải, trí nhớ của anh cũng rất nhiều. Nên là anh ngại làm mấy cái việc đấy, nhưng mà thấy trí nhớ nó cứ nghĩ nhiều nghĩ nhiều. Mà không phải, cũng không nhớ tên, mà bà chị ấy cũng vui thôi, bà ấy cũng rất ủng hộ đấy. Bà đấy... mà anh chả biết đâu nhưng mà... chính ngày xưa mới là có cầu cái đội bán hàng nước xung quanh Bờ Hồ, khu quận Hoàn Kiếm ấy là toàn công an. Mình cũng phải cẩn thận nhưng mà mình kệ thôi, mình thoải mái cho bà ngồi bà thích bà xem, thích làm gì thì làm. Tất cả những người ấy đều yêu mến mình cả. Cả mấy chị phò ấy nhớ

At that time, cultural knowledge, both of our own traditions and other cultures, was very limited. The more society could be exposed to art, the better. For example, some artworks might be confusing at first, like when people saw something on the street and didn't understand it. That curiosity is exactly what sparked engagement. I would even ask the artist to explain the work to each viewer, even to a child asking questions. That benefits everyone—the art, the artist, and society as a whole.

Of course, many people might not fully understand and just respond with "uh-huh" or "oh, okay." But even that initial reaction stays with them. Later, when they encounter something similar, they'll recall the artwork and think about it again. This is an easy way to gradually influence people's thinking, their understanding of beauty, goodness, and truth—not just in art, but in the philosophy of life. The goal is simply to

make society better.

Essentially, art exists to bring people happiness and joy.

Back then, the street-side vendors around Hoàn Kiếm Lake were all closely watched by the police. We had to be careful, but I didn't worry too much. I let people, like the tea lady, sit where they wanted, watch, or do whatever they liked. All of them were very fond of me. One time, a sex worker was chased by the police and ran into the gallery, saying, "Can I just stand here for a bit?" I told her, "Sure, just stand wherever you want." Another sex worker even stored a pile of condoms by the window. I joked, "Why are you putting this here? Won't it make the whole house unclean?" She said, "Just for now, if someone wants to use it, they will use it—we all have to be careful."

Over time, I grew to appreciate all of them. Even the police who patrolled around became helpful in their own way. If anyone suspicious appeared, or tried to loiter or steal, the tea lady or others would warn me immediately. Nothing ever got stolen from Ryllega. I realized that

living honestly and staying close to people

was a good thing. Of course, there were some downsides, but the benefits outweighed them. I could live more freely, without constantly defending myself, which was quite enjoyable.

không? Chị phò bị công an đuổi còn chạy loạn trong gallery, bảo "Cho chị đứng nhờ tý," "Chị cứ đứng đi." Còn cất cả đống bao cao su ở cửa sổ chứ còn gì nữa. Bảo "Sao chị nhét cái này vào, ô uế hết cả nhà của em?" "Thôi chị nhét tạm không tý nó bắt, chú dùng thì chú cứ lấy nhé, mình cứ phải cẩn thận."

Về sau lại quý cả, chính đội đấy chính là đội vòng ngoài cũng khá là hay. Có thằng nào ấy iếc các thứ là bà ý nói ngay đấy. Có thằng nào lớn vớn lớn viếc, xe cộ định ăn cắp ăn trộm. Đấy ở Ryllega có mất trộm cái gì đâu. Đấy, chính cái đấy đấy. Anh cũng ngộ ra là mình cứ sống thật, mình cứ sống gần gũi mọi người cũng là cái tốt, cái hay. Tất nhiên cũng có cái mất nhưng mà cũng có cái hay. Mình sống an nhàn hơn, không phải phòng thủ, cũng khá là thú vị. Đấy em cũng để ý mà xem, tất cả những cái hay sẽ tự cộng hưởng theo. Anh tự nghĩ lại ai làm việc cho Ryllega lúc đấy cũng rất là hồ hởi, rất là thích.

[...]

Tam Thi Pham

"Sesame, open!"

—a phrase from *Ali Baba and the Forty Thieves*—has always meant more than just opening a door. It's about discovering something hidden, something precious. It was used as the name of an event organized by DomDom–The Hub for Experimental Music & Art in 2013, the same year I joined their Chamber Music course.

Looking back, the title couldn't have been more fitting. It wasn't just about performing at that event; it was about everything it unlocked in me. That moment marked the beginning of a transformation, which helped open my eyes, my ears, and my mind. It made me question how I feel, what I truly want from music, and what kind of life I want to live as an artist. It gave me space to explore, take risks, and truly listen to others and myself. It's something I carry with me to this day.

Before I share more about my journey with DomDom, I want to mention someone who has been deeply important in my artistic path. Trần Kim Ngọc is not only the founder and artistic director of DomDom, but also a composer, improviser, mixed-media artist, and my first teacher of improvisation and composition. She is recognized not only for her chamber and orchestral works but also for her innovative music-theatre compositions.

Beginning her career as a composer, Kim Ngọc has dedicated much of her work to developing an interdisciplinary artistic language. Her central interest lies in exploring the nature of the individual within different social conditions. Presenting her works at numerous international festivals has given her wide-ranging experience, which in turn has fueled her mission to build an experimental music scene

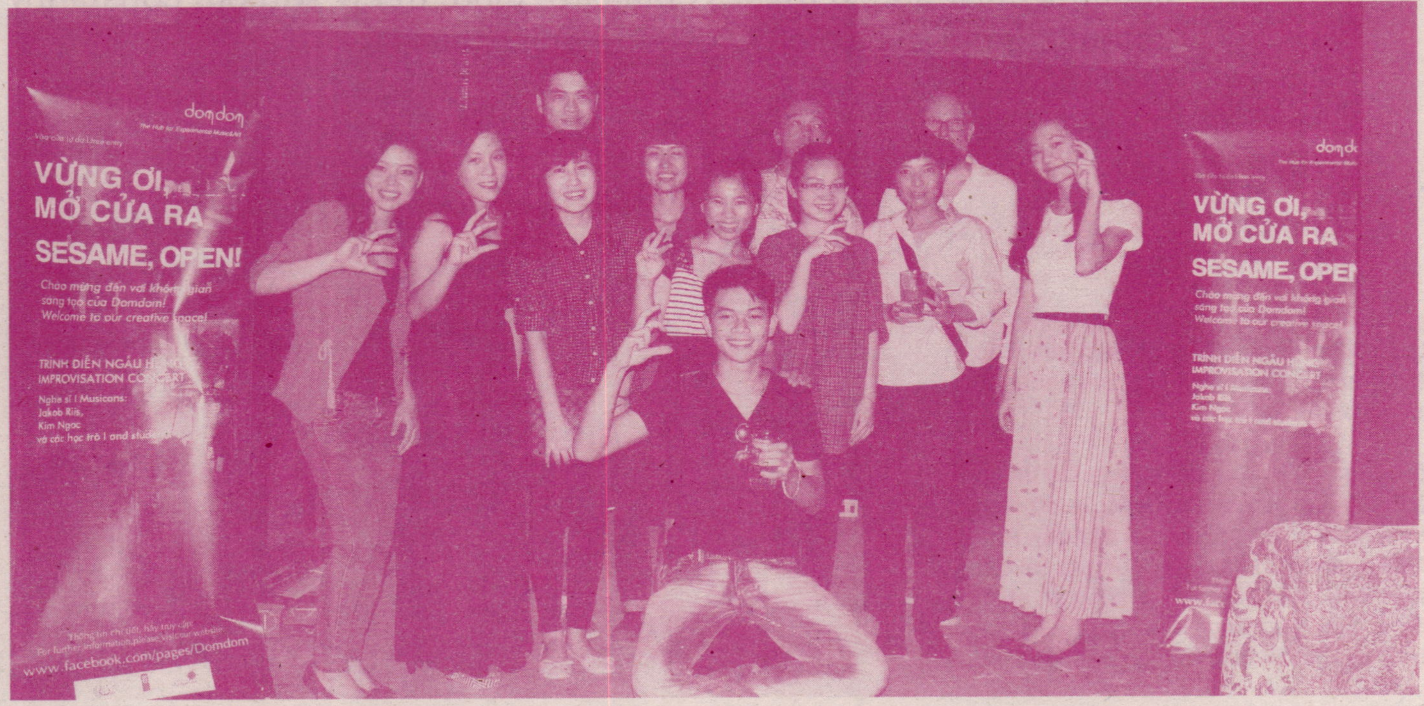

Musicians and composers of "Sesame, open!" concert. Photo courtesy of Tam Thi Pham.

in Vietnam. Before 2010, only a handful of people in the country were even aware of experimental music, and it was extremely difficult for her to remain active, perform, or present her compositions. Yet, driven by passion and determination, she kept moving forward and found a way to realize her vision.

She once shared that she often felt lonely in those early years—longing for more artists to exchange ideas with, to play together, and to create something truly exciting as a community. Today, as a key figure in Vietnam's avant-garde music scene, Kim Ngọc has not only paved the way for experimental sound but also continues to inspire and guide the next generation of artists. Her contribution to Hanoi's music community is immense. Beyond founding an art space or offering courses, she has created real opportunities for musicians to gain hands-on experience through performance, while broadening their horizons through collaborations with artists from across the globe.

Founded in 2012, DomDom became the first independent interdisciplinary center fully dedicated to the development of Vietnamese experimental music and its collaborations with other art forms. The center supports all forms of contemporary music and artistic practice. Its mission includes: establishing the first creative platform for experimental music in Vietnam; introducing and educating the Vietnamese public about experimental and contemporary art; and providing training for young composers and musicians to build a strong foundation for the Vietnamese experimental and contemporary scene. DomDom also runs an audience development program to foster public appreciation and participation in new music.

I still remember the first time I met Kim Ngọc. It was during my interview for the Chamber Music course at DomDom in 2013. I applied as a pianist, eager to learn more about new music and to discover interesting works to analyze and write about as part of my musicology studies. To get into the course was quite competitive, and many

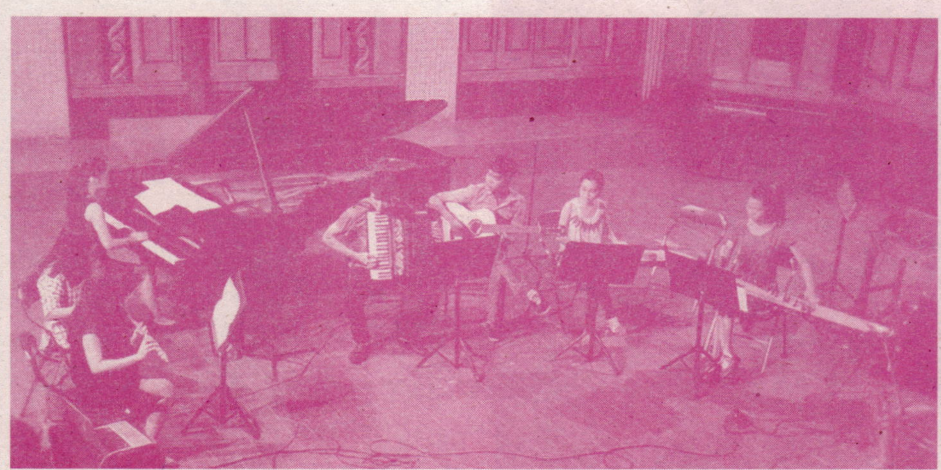
Final concert of the first training courses of Contemporary Experimental Music. Photo courtesy of Tam Thi Pham.

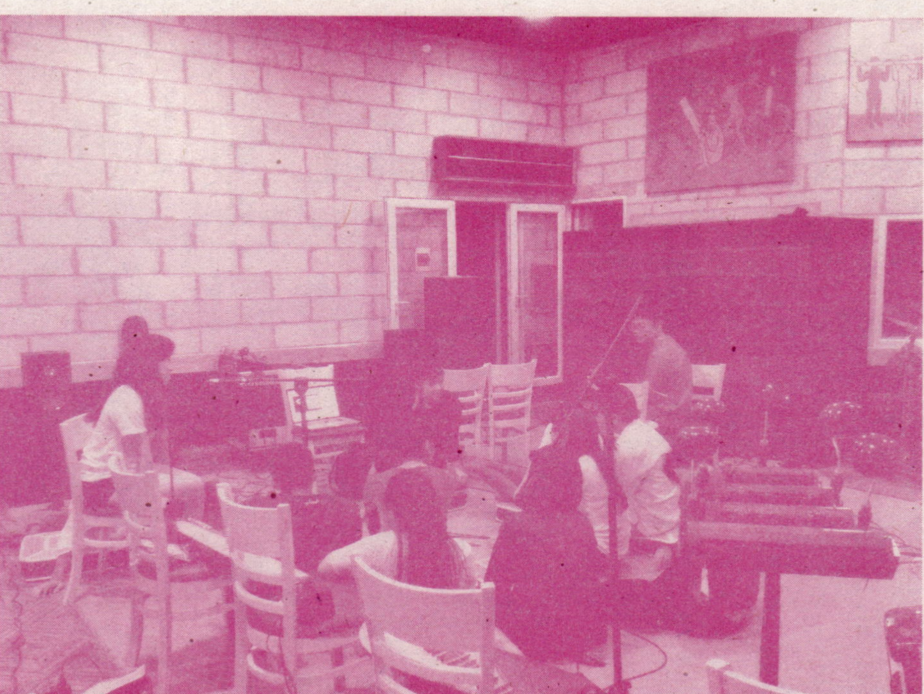
Improvisation class with composer Trần Kim Ngọc.

pianists had applied. But somehow, I was lucky enough to be one of the few selected. I can't fully describe how happy I was when I received the phone call confirming my acceptance.

The Chamber Music course was my first real encounter with the practice of new music. I studied with Stefan Östersjö and Terje Thiwång, both of whom are members of Ensemble Ars Nova, as well as Nguyễn Thanh Thuỷ. They brought many scores with different forms, introduced us to various composers, and guided us in how to interpret and perform their works. I learned to play prepared piano and how to read graphic scores, both things I had never done before.

After that, I attended Kim Ngọc's Improvisation class in 2014. The course was about a journey of self-discovery, an adventure designed to help young musicians and music students develop their personalities, build their artistic aesthetics, and deepen their improvisation skills for experimental music. Kim Ngọc introduced various exercises that encouraged us to pay close attention to musical material, sharpen our listening skills, and truly listen to both ourselves and others. We also had the chance to listen to music by various prominent and active experimental musicians and improvisers from diverse art scenes.

One memory from that class has stayed with me ever since. Kim Ngọc had asked each of us to choose an adjective that we felt best described ourselves and to express it through music. Everyone performed solo, and the others in the course attempted to guess the word. Most people succeeded—others could easily guess their chosen adjective. But not me. I chose the word 'strong'. I tried twice to express it through my playing, but it didn't work. No one could sense it. Kim Ngọc gently told me to take some time and try again in the next class. I felt disappointed in myself. On the way home, I kept asking myself: Why? Why didn't it work? And then I started to cry. I knew something wasn't right. Was 'strong' really how I saw myself?

That night, I had a long conversation with myself. Slowly, I began to realize that 'strong' wasn't how I truly felt about myself. I had been hiding my emotions. It was hard to open up. I felt like something was missing. I wondered, if I'm not strong, how will I get through life? In the next class, I stopped overthinking. I let my emotions flow freely.

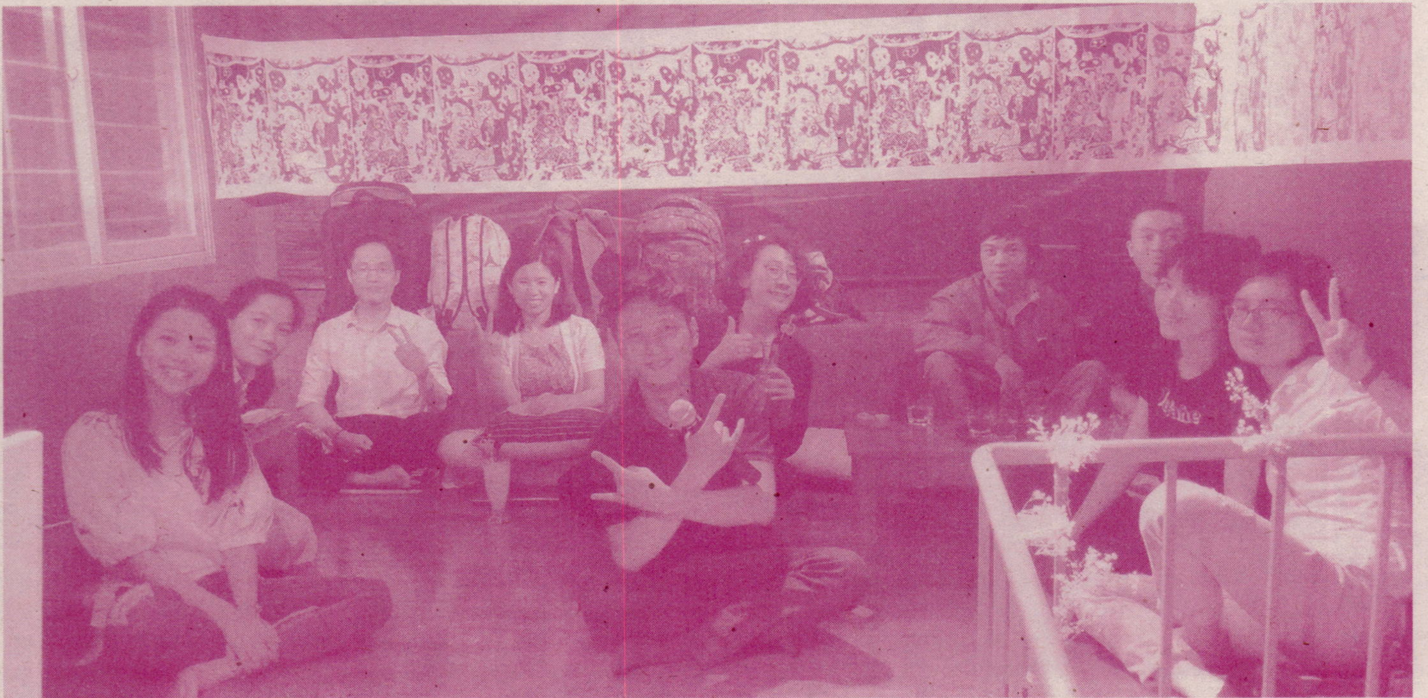

An event of DomDom-Contemporary & Experimental Music Club. Photo courtesy of Tam Thi Pham.

I sang, and I used two bows to create a long, droning sound. It was melancholy. It was like someone was waiting. It carried the weight of loneliness. And this time, people guessed it immediately. They felt what I was expressing, which meant I had finally connected with my feelings. That moment taught me something profound: what I think about myself is often who I want to be, not how I am at that moment. Whether good or bad, real or imagined, I need to listen to those feelings, open my heart, and accept them.

Over the years, I have performed many times at DomDom, and played with many different artists. Performing in groups of various sizes helped me gain valuable experience. I started with the piano and gradually moved on to playing with different objects such as bowls, tin cans, boxes, a *T'rung* souvenir instrument, a melodica, plastic bottles, tapes… Each shift opened me up to discovering the unique sound possibilities of each object.

Every time I perform, I try to stay focused and see it as a challenge to overcome my nervousness. Through this process, I've learned not only to listen more deeply but also to respond more intuitively, especially during improvisation. Each performance becomes an exploration. It's about being present, recognizing the connections and interactions that are happening in the moment.

Being with everyone at DomDom felt like being with family—

growing up together
through music.

Improvisationally, we began forming small groups, playing together, working on compositions, developing ideas, and building musical structures. As I started to compose more seriously, I began to further appreciate the way Kim Ngọc encouraged me. Instead of showing me step by step how to compose, she gave me the freedom to find my own path. Beyond music, I also became interested in performance art and in discovering how to connect the two forms. I often brought ideas to her, and we would have long, thoughtful conversations. She asked me challenging questions that pushed me to think about and to discover what I truly wanted to express. Our conversations were not always easy, in fact sometimes they proved really hard. But I told

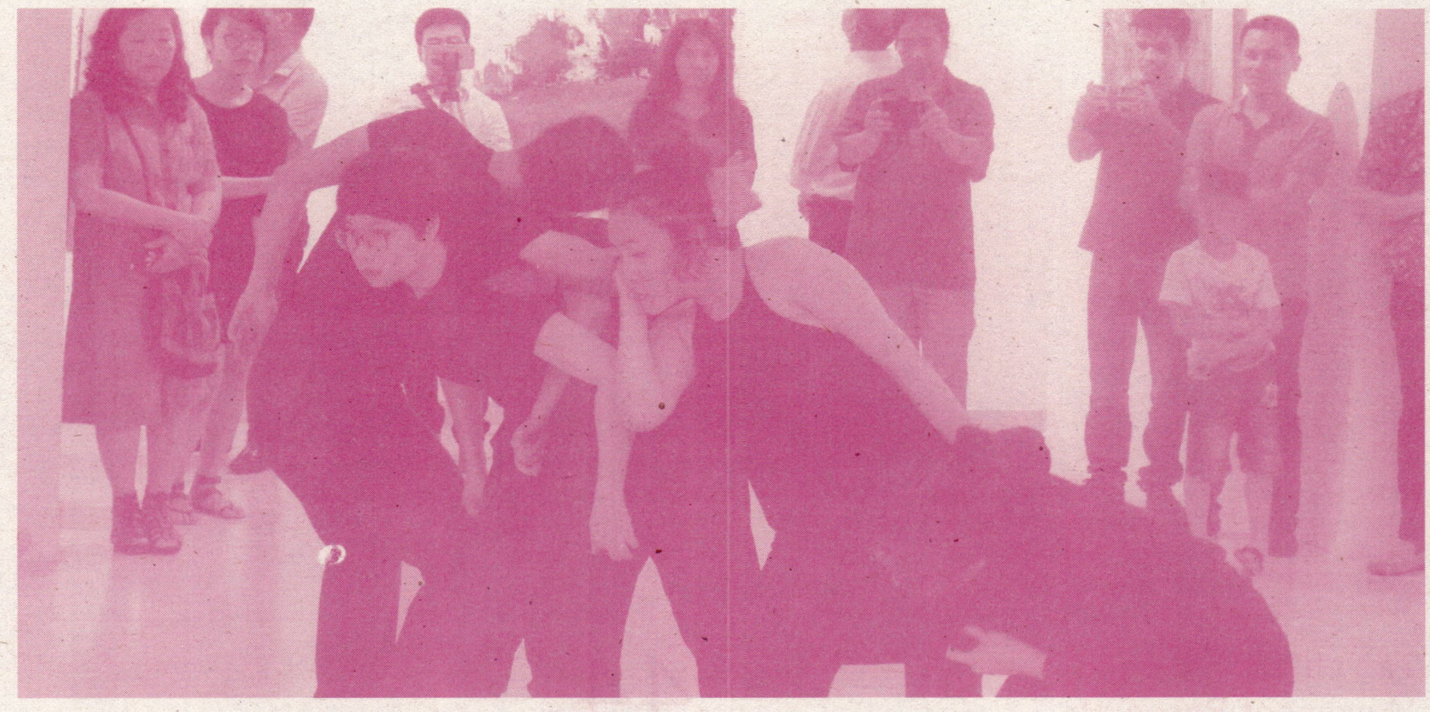
Members of the Club perform with dancers. Photo courtesy of Tam Thi Pham.

In 2017, soon after Kim Ngọc took a break from teaching the improvisation class, I founded the DomDom—Contemporary & Experimental Music Club. Most of the Club members had studied with Kim Ngọc. My aim in creating this club was not only to continue the work we had done in class, but to open it to all musicians interested in improvisation and experimental music. We held weekly events, including talks, concerts, and jam sessions. Later, contemporary dance and contact improvisation artists also joined us. Together, we organized several workshops and performances.

DomDom—The Hub for Experimental Music & Art's influence also extended to the larger music community. DomDom organized the first Hanoi New Music Festival in 2013, titled *Blind Spot*, and again in 2018 under the title *Make a Silence*, to date one of the largest gatherings of experimental musicians in Vietnam.[1] Many DomDom members participated and had the opportunity to perform alongside artists from all over the world. These events created powerful moments of exchange, connection, and learning.

Looking back, I see that DomDom was the place where I first began to grow into the artist I am today. It gave me the tools, the courage, and the freedom to explore who I truly am, not just as a musician, but as a human being. And like the words "Sesame, open!" it continues to remind me that creativity is an invitation—to open, to discover, and to transform.

1. For more information on The Hanoi New Music Festival see: https://hanoinewmusicfestival.net/

Bùi Duy Thanh Mai: Performance wasn't your starting point, yet it plays an important role in your practice. How did that journey begin?

Trần Lương: In the very beginning, getting into contemporary art—with its ephemeral nature and constant transformation—was a way to break free from object art. Paintings and sculptures, being physical in nature, often get caught in layers of censorship. The red tape was endlessly frustrating: one stamp from cultural censorship, and another from customs for temporary export and re-import. It meant high costs, head-aches, and endless paperwork. And then I realized how naive I was. I had done something purely out of love, sincerity, and care—but people twisted it, interpreted it in the worst way, assuming there was some dangerous hidden agenda behind it. That's when I really saw the darker side of life. It's incredibly unjust, cruel, and just plain awful. It's stupid. And this stupidity, it's systemic, it governs our lives. That's why, when I first encountered contemporary art, it felt like this is freedom. This is power. It felt like the borders were expanding. Then, when I started doing performance. My body was everything—the brush, the paper, the canvas, the critique, the dictionary, all of it. The physical materials of my object art used to weigh between 30-32 kilos at their lightest, crammed into one overloaded suitcase. But now it's just—boom—gone, and I'm on my way. A playful image comes to mind: just me in boxers, and I'm good to go. I've got everything on me—my brain, my skin, and flesh. That's all I need.

BDTM: And in reality, is performance art truly immune to censorship?

TL: The word 'immune' is extreme, because immunity doesn't exist in reality. But the spirit of immunity, yes, that exists. Especially when compared with other art forms, because performance creates the possibility of doing something even under the most difficult circum-stances. Even under heavy censorship. Even when standing in front of government officials, one can still perform.

Trần Lương

Phỏng Vấn bởi Bùi Duy Thanh Mai

Bùi Duy Thanh Mai: Trình diễn không phải là xuất phát điểm của anh, nhưng lại đóng vai trò quan trọng trong thực hành của anh. Hành trình ấy bắt đầu như thế nào?

Trần Lương: Manh nha lúc đầu tiên, việc tiếp nhận những bộ môn nghệ thuật đương đại có tính phù du và có tính biến thiên rất mạnh, là để tự giải phóng khỏi cái việc là làm object art bị vướng quá nhiều vì nó là vật sinh học.Bao nhiêu lần khổ sở vì hai cái stamps ở Việt Nam. Một stamp của bộ văn hoá, kiểm duyệt văn hoá, và một stamp nữa của hải quan, tạm nhập tái xuất. Nên là vừa chi phí, vừa nhức đầu, vừa giấy tờ.

Và phát hiện ra có quá nhiều điều mình ngây thơ, mình làm cái gì đấy trong sáng, yêu, thương; nhưng mà người ta lại cứ suy thành cái điều xấu, hoặc cái điều gì đấy. Và mình mới thấy cái mặt trái của cuộc sống này, là nó vô cùng bất công, bất nhẫn, và nó vô cùng tệ. Và nó ngu si. Và cái hệ thống ngu si đấy nó lại bao trùm, nó quản lý cuộc sống của mình.

Chính vì thế mà những cái cảm xúc đầu tiên khi mà biết về nghệ thuật đương đại thì thấy, đấy, nhận được power. Mà lúc ý, một trong những thứ cơ bản là mình được tự do, khi mình làm những cái đó. Cảm giác cái biên giới nó mở rộng ra.

BDTM: So, did you choose performance out of circumstance, just as a way to avoid censorship? What does performance mean to you?

TL: It's not just about external censorship. Performance also frees you from that internal state of self-censorship, when your mind keeps choosing what feels safe. That kind of self-censorship can be terrifying. Performance is an experimental art form with exceptional power, one that can overcome a whole range of barriers.

First, it's an art medium that can break through the barriers of formal education and social conditioning. It has the power to awaken not only the working class with little schooling, but also people across all social strata, from everyday individuals to intellectuals and politicians. Second, it addresses the inequalities of access to materials, which is tied to wealth. Because performance isn't bound to academic materials, it's also not constrained by the rigid rules of the ivory tower. And it's precisely those standards—in practice, when both body and mind are locked into formal conventions—that often kill off spontaneity, the expansion of language, and a sense of liberation.

Performance doesn't require a site or fixed setting. It's a highly flexible body that always responds to its context. It is inherently site-specific. Performance art solves many infrastructural constraints. That's a kind of breakthrough, a creative revolution. It generates freedom. Academia is like carrying a heavy rock on your back. To break away from the academic isn't to destroy art—it's a process of liberation, of opening up virtually without boundaries.

BDTM: In your practice, how do you know when a performance is 'done'? Can it ever be done?

TL: In essence, a performance is never truly done. 'Done' here should be understood as a matter of phases. A performance piece, and I say this from my own approach, is always ongoing. Each time you perform the same work, it takes place in a new context: different emotional states, different social or environmental conditions, different timing, different site-specific dynamics. Even internally, I'm always changing. I'm sixty-five now, and in all those years there hasn't been two days where my body was identical on a biophysiological level—what I ate, how I thought, how I matured, what I felt. It all fluctuates endlessly. And performance reflects those changes, so it can't ever be fixed as complete.

In postmodern and contemporary art, the notion of something being truly finished no longer holds. And the world just keeps shifting faster and faster. We're constantly being warned. "Shit, that's wrong! Fuck, it's changed again." Another rupture. Another "oh no, not again!" moment. The definitions you thought you had? They don't quite hold anymore.

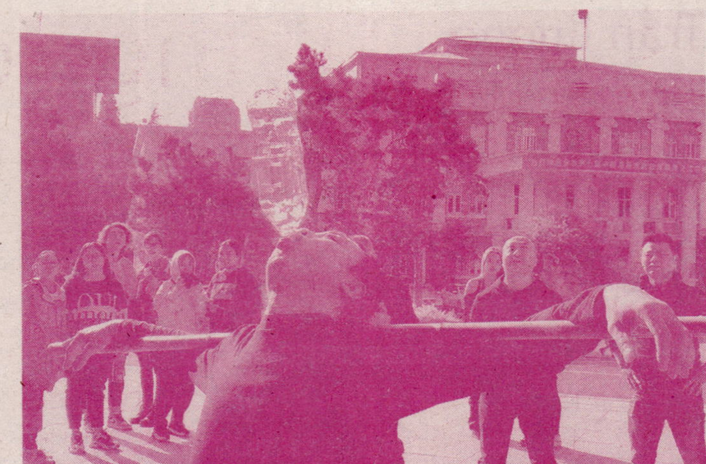

Trần Lương, *Mekong Study*, 2019. Photo courtesy of the artist.

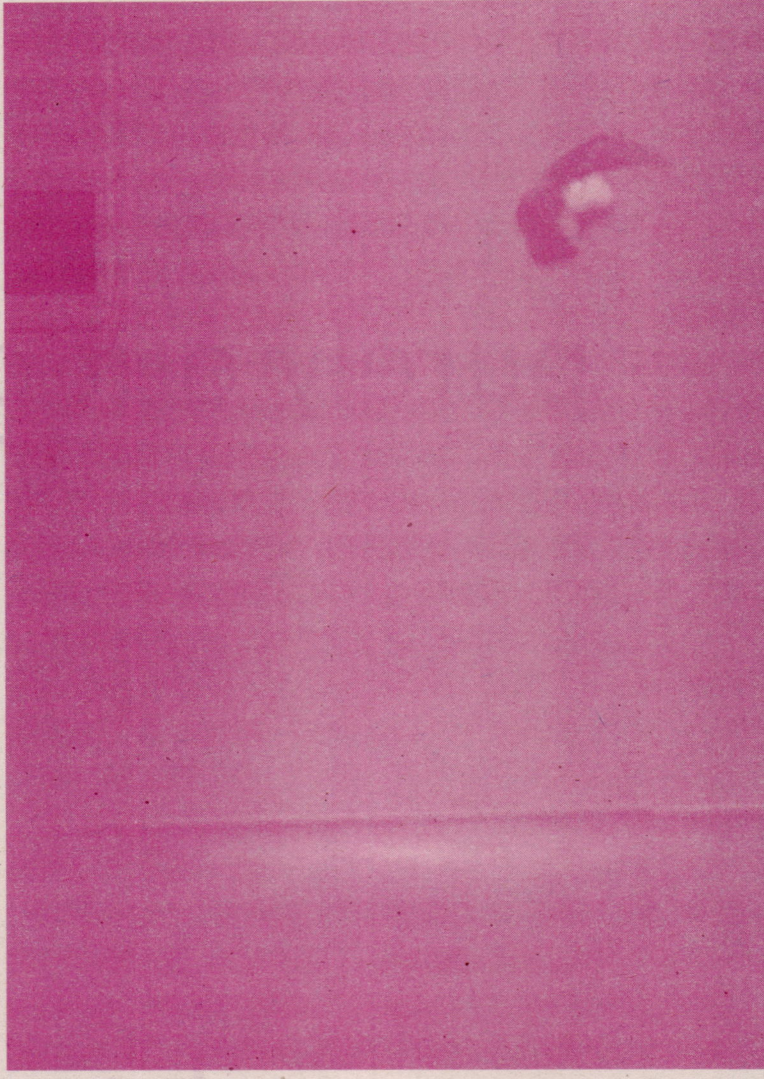

Trần Lương, *Welts*, Singapore, 2011. Photo by Jean-Louis Morisot.

Thế rồi là làm trình diễn thì, cơ thể mình là tất cả: là bút, là giấy, là toan, là phê bình, là từ điển, là đủ thứ. Những vật thật kia nó chiếm ba mươi mấy cân. Nhẹ là 32 cân. Một cái vali chặt cứng. Thế mà bây giờ huỵch một phát đi phơi phơi. Còn một hình ảnh đùa cợt nữa, là mặc mỗi quần xà lỏn, là xong, là mình đã có tất cả trên người. Và cái não, trạng thái, da thịt mình là tất cả rồi.

BDTM: Và trên thực tế, trình diễn có thực sự miễn nhiễm với kiểm duyệt?

TL: Chữ miễn nhiễm là cực đoan vì nó không có trong thực tế.

Nhưng cái tinh thần miễn nhiễm thì có, nhất là khi so sánh các bộ môn nghệ thuật với nhau, vì trình diễn đặt ra khả năng làm được ở trong mọi hoàn cảnh khó khăn nhất. Kể cả kiểm duyệt nặng nhất. Thậm chí đứng trước chính quyền, trước ánh mắt kiểm duyệt vẫn có thể trình diễn được.

[...]

BDTM: Anh luôn mong muốn đưa nghệ thuật gần công chúng, nhưng đồng thời lại chọn làm việc với hình thức trình diễn - vốn có phần không dễ hiểu - anh có thấy đây là một mâu thuẫn?

TL: Cái này anh tìm mọi cách giải quyết nó ngay từ đầu.

Có thực hành trình diễn cổ điển kiểu tạo ra visual spectacle, tức là vẫn tạo ra một hình ảnh để lưu ý trước lịch sử, trước đám đông công chúng, và hy vọng là đối tượng bên ngoài: thiên nhiên, con người, sách vở, nhà báo... nhận ra điều gì đấy và diễn dịch nó thành công. Anh không bài trừ nó, nhưng anh chọn thực hành trình diễn theo một dạng khác, có tính cách mạng hơn, mà ở đây, tính trình diễn nó phải được lan toả, và nó phá vỡ được cái ranh giới của chính cái khúc mắc của vùng

It's like trying to grip a spinning gear. You turn it, and it slips. You adjust, and it slips again. Nothing can stay fixed.

In the end, there is still a kind of finished, but it's only a temporary one. It's the kind of done-ness that comes from the exhaustion of a biological body, or the interruption of systems, governments, or nature itself, when something or someone simply no longer has the conditions to continue. It's that kind of done.

1. *Lập Lòe* (2012) is a three-channel video installation derived from a performance work of the same title started by the artist in 2007. The performance was inspired by the sight of the artist's son returning from school wearing a red scarf that reminded him of his own childhood. The artist invited audiences at his first performance in China to snap a red scarf—an item of historical and political significance associated with communism—against his body, as if play-fighting. The performance was repeated at eleven other sites including cities in Vietnam, Korea, Indonesia, and Singapore.

BDTM: You've always expressed a desire to bring art closer to the public. But at the same time, you choose to work with performance, a medium that can be hard to grasp. Do you see this as a contradiction?

TL: That's something I've tried to resolve from the very beginning. Most common approaches to performance art focus on creating a powerful visual spectacle, crafting an image meant to register in the face of history, in front of the public. And the hope is that certain 'receivers'—nature, people, scholars, journalists, and so on—will pick up on something and that the message might be successfully interpreted. I don't reject that method, but I choose to work differently. In my approach, performance needs to be something that spreads, that breaks through regional and social barriers like poverty, lack of academic training, or limited access to art. So, then, how do ordinary people, across the spectrum, even the wealthy or politicians, actually digest performance art like this?

That's why I work with interactive performance. My view is to hand the act of performance over to the participants and to minimize performing myself. I believe my presence is a performance, but I don't carry out the actions. The key is to spark interest. Otherwise, you just stand there and people say, "This guy's nuts," or "It's too hot out, maybe he's just lost it," or "Did something happen to him?" So how do you deliver the message in a way that people actually engage with it instead of walking away, right? That's the real challenge of interactive performance. Once you crack that, the anxiety around academic knowledge begins to loosen. It opens a door so that newcomers, even if just for a moment, can start to engage. And little by little, they begin to see the layers within performance.

Take *Lập Lòe* (2012) for example.[1] I handed the performance over to the participants so they could understand the human experience and our existential conditions. The understanding of art would come later. They learned, through interaction, that when I hit him, I understand what it feels like to be hurt, that by taking on the role of the one who

miễn như là: nghèo, không có đào tạo hàn lâm, không có thông tin nghệ thuật. Vậy, thì người thường ở các cấp, kể cả giàu, kể cả chính trị gia, họ tiêu hoá cái nghệ thuật trình diễn này như thế nào?

Và đấy là lý do anh làm trình diễn interactive và quan điểm của anh là trao cái trình diễn vào tay người dự, chứ anh không làm trình diễn nữa. Và lúc ấy mình phải nung nấu: mình nghĩ là cái sự xuất hiện của mình vẫn là trình diễn, nhưng mình lại không hành vi.

Và làm sao để người ta thấy interest. Còn nếu không, ông đứng đấy người ta bảo: thằng rồ, thì người ta bỏ đi, đúng không? Hay là ông này vì trời nóng quá, ông bị hâm phải không? Hay là ông có bị ai hành không? Hay là ông bị mất cắp, mất trộm? Ông làm thế nào để người ta nhận được thông điệp và người ta tương tác với.

Đấy là cái khó của trình diễn tương tác và khi giải quyết được trình diễn tương tác, thì cái mối lo về học thức, về hiểu biết nó sẽ giảm đi. Và nó sẽ mở ra một cái cửa để những người mới tương tác với trong khoảng thời gian nào đó, dần dần họ hiểu ra các layer khác nhau của trình diễn.

Ví dụ như trong *Lập Lòe* của anh, anh trao cái trình diễn cho người ta, và không chỉ đơn giản ở đây là hiểu về nghệ thuật, mà ở đây hiểu về con người, hiểu về các vấn đề sinh học. Còn hiểu về nghệ thuật đến sau. Trước tiên, khi tương tác, họ đã hiểu là, nếu mình đánh anh ấy thì mình mới hiểu khi mình bị đau. Mình làm cái vai trò người làm đau thì mình hiểu khi mình bị đau hơn thế nào. Mình hiểu hơn về hồi bé bố mẹ đánh mình, mình hiểu hơn về những trận đòn. Mình hiểu hơn về chiến tranh, hiểu hơn về sự đàn áp giàu nghèo. Và nếu mình lại là người đàn áp thì mình sẽ hiểu hơn nếu đã từng đánh ai đó.

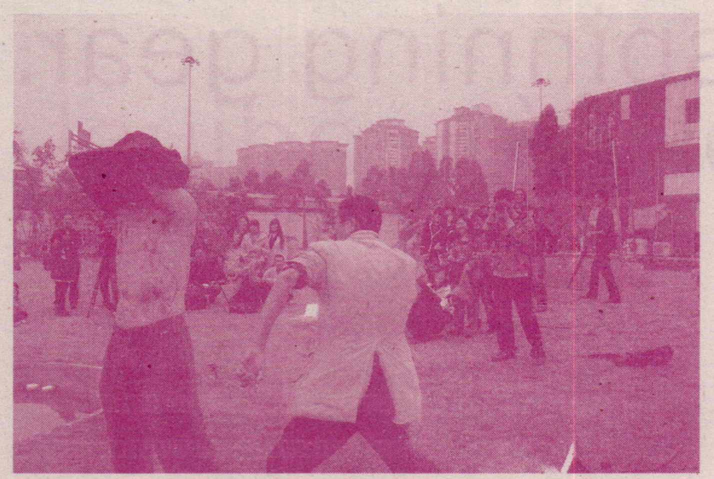
Trần Lương, *Welts*, Guang Zhou, 2010. Photo courtesy of artist.

inflicts pain, you gain a deeper understanding of what it means to be in pain. You remember the beatings from your childhood, the ones from your parents. You understand war differently. You understand oppression of class, of power. And if you've ever been the oppressor, if you've ever hit someone, you start to understand that, too. The point is that, at each moment of contact, people will receive something. And the act of passing on the gesture of performance, that in itself means something has been received. How much they take in, and how to address what remains unclear—that's the role of education. But if we stick to the old form—creating a spectacle and waiting for people to understand — then yes, it becomes exactly what you were asking about, hard to grasp, and difficult for the public to access.

Each audience, each social class or knowledge base needs a different mode of performance, a different way to give and receive, and to share and engage without words. Dialogue can happen through the eyes, through touch, through remorse, through crying. Many people hit me and then cried, or apologized, or invited me out for food and drinks. Then they asked for time to explain but I said, there's nothing to explain. "Do you know that the moment you hit me and I felt the most pain was also the moment I felt I had succeeded? Something in you made you strike that hard—do you even know what that was?" They'd pause. "Ah...I get it." I'm " quite extreme when I say: "use less text."

Because we already have a whole universe of other tools and languages. And they can burn through what would've taken pages of A4 paper to explain. As for the message of performance, without the right context, it's hard to fully grasp. Art isn't instant education.

BDTM: You've spoken often about community, not only in your artworks, but also in your own social development practices. How do you define your approach to community? And is there such a thing as an artist's responsibility to society?

TL: The very nature of creativity, of being an artist, is rooted in the community. I want to use both my art and my social practice to create something akin to religion, but one that's secular. That is, something

Rất nhiều người đánh anh là người sau đấy lên khóc lóc, sau đấy thì xin lỗi, sau đấy thì mời đi ăn đi uống. Sau đấy xin thời gian để trình bày, nhưng anh bảo, không có gì trình bày cả. Bạn có biết là khi bạn đánh tôi càng cảm thấy đau nhất thì tôi cảm thấy thành công nhất không? Họ nghĩ một lúc: à à tôi hiểu rồi. Thường họ hỏi: anh có đau không, suýt xoa...dĩ nhiên... nhưng bạn có biết là tôi càng làm càng đau thì đương trong lòng tôi rất hạnh phúc vì tôi đã thành công? Vì cái gì ở trong bạn nó xảy ra cái việc bạn đánh mạnh như thế bạn có hiểu không? Lúc đấy họ hiểu.

[...]

BDTM: Anh nhắc khá nhiều đến cộng đồng, không chỉ trong tác phẩm nghệ thuật mà còn cả thực hành phát triển xã hội của bản thân. Anh định hình cách tiếp cận cộng đồng ra sao? Liệu có cái gọi là trách nhiệm nghệ sĩ?

TL: Làm với xã hội là một cái định hướng không thể đảo ngược. Ở đây cũng không phải vì lý do hoàn cảnh xã hội mà vì bản chất của sáng tạo, của người sáng tạo, của nghệ sĩ là cộng đồng.

Anh muốn dùng nghệ thuật cũng như hoạt động xã hội của mình để làm ra một thứ giống tôn giáo...nhưng mà thứ tôn giáo này nó trần tục. Tức là để nhắm giải quyết được các vấn đề uẩn ức, những thứ mà khi không thể xử lý được sự bất công bằng, đói nghèo... thì người ta vẫn có thể thấy cuộc sống tốt đẹp, thấy cuộc sống ở trong những điều kiện khác nhau.

Nên là mình cũng phải cho người nghèo thấy là người giàu có những bất hạnh khủng khiếp, rồi người giàu người ta thiếu những cái điều kiện mà cái người nghèo đương có đẩy trước mặt mà lại không biết là mình là lợi thế. Tức là một cái thứ nó khá là missionary, mà dùng phương pháp trần tục của nghệ thuật của nghệ sĩ. Chứ

that can help address deep frustrations. When people can't resolve
injustice or poverty, they can still find beauty in life under different
conditions. So, we have to show poor people that the rich also carry
immense misfortunes, and that the rich are lacking in things the poor
actually have in abundance, though they may not realize it. It's a kind
of service—almost   missionary   in   spirit—
but carried out through the secular methods of an artist.

I'm not a thinker trying to create some kind of educational doctrine, and I believe that in a world changing as chaotically as this one, being a thinker in that sense is a mistake. Trying to guide society through purely educational means is also a mistake, because no single program or framework can fit the complexity of the world we're living in now. When people are equally vulnerable before harsh Mother Nature, I try to create a kind of secular cushion using art, thought, and material practice, in whatever way I can, to bring about awareness, a way to recognize the value of life.

I'm not claiming to bring material wealth. I'm not here to offer systemic change or policy reform, like a politician might. All the projects I've done weren't meant to improve material life. They were, in fact, part of a long process to shift people's awareness. And once that shift happened, they came to trust me. They'll begin to have a new way of seeing their own lives. They might look at a tree and recognize values in it that are entirely different from before, when they only saw it in material terms. They won't kill an insect that flies past. They won't kill a deer or a muntjac anymore. They'll begin to recognize the richness of simply witnessing such a creature pass through their village and how that, in itself, can be a good thing.

BDTM: It seems you've always chosen to act. Have you ever chosen silence or stillness?

TL: Silence or stillness isn't really my style. But the issue here isn't about being silent or still, it's more about being aware of the situation. I've never truly been silent, never truly inactive, but if there's a short period where one needs to be situationally aware, then it should be so. Because if you speak or act recklessly during a volatile moment—whether in society, politics, or collective psychology—it's like pouring gasoline out in 60-degree Celsius heat.

What's needed isn't finesse, it's knowing how to go the distance. There are things I chose to speak about only ten years later, because it simply wasn't the right time back then. Even though I had every right to speak, and was completely in the right, speaking at the wrong time wouldn't have changed anything. People couldn't have understood or corrected it, because the social awareness, the lessons of interac-

anh không phải một nhà tư tưởng hay một nhà có tính chất tạo ra một định hướng giáo dục, và anh tin rằng là cái thế giới thay đổi một cách chaotic này thì làm nhà tư tưởng là sai lầm. Và làm người định hướng xã hội kiểu giáo dục là sai lầm, vì anh sẽ không có một cái chương trình giáo dục hay một cái định hướng, program nào mà có thể fit được vào một cái điều kiện phức tạp như thế giới hiện nay.

Khi con người ta trần ai như nhau trước mẹ tự nhiên khắc nghiệt thì mình cố gắng làm một thứ đệm trần tục. Ít nhiều thì dùng nghệ thuật, dùng tư duy, dùng thực hành sinh học để trao sự nhận thức, sự nhìn ra giá trị cuộc sống. Còn mình không làm thay đổi được họ. Không nói là mình đem được vật chất Không nói là mình đem được cơ chế, chế tài như các chính trị gia đến cho người ta. Tất cả những dự án anh từng làm, đem vật chất đến, đem điện mặt trời đến…không phải là để cải tạo cuộc sống vật chất, mà thực ra chỉ là quá trình dài để thay đổi nhận thức của họ, vì khi đó họ mới tin mình.

[...]

BDTM: "Đi đường dài" - đây có phải cũng là điều anh muốn gửi gắm?

TL: Anh vẫn nói với tất cả thế hệ là nên học cách đi đường dài. Nói đi đường dài là một câu rất rộng. Đi chạy 100 mét thì không nói làm gì, nhưng mà chạy marathon là vấn đề là phải điều chỉnh rất ghê: độ dốc chỗ nào, chỗ nào lỏi ra là nắng thì nên chạy như thế nào, chỗ nào đường lại có cát nên bước nó phải ngắn lại, bước dài nó trượt là đã mất lực rồi. Đoạn đường cứng thì phải biết mà chạy sảng dài ra, chứ chạy chậm thì sẽ bị tụt lại.

Cái đi đường dài này là nói cái thái độ ứng xử trước những hoàn cảnh không được thuận lợi. Còn im lặng hay bất động thì không cần, không có, anh không làm những

BDTM: Going the distance,

is that something you want to pass on?

TL: I always say it's important to learn how to run long distances. It's a broad idea. A 100-meter sprint is one thing, but a marathon requires constant adjustment, knowing where the slope is steep, how to pace yourself under the sun, how to shorten your stride so you don't slip and lose momentum. On solid ground, you stretch your stride. Hold back, you fall behind. So, running long distances is really about your attitude towards unfavorable circumstances.

BDTM: Would you say this mindset is a survival skill you've developed in response to life's barriers?

TL: Not something I had to force myself to learn. It's more that I came to cherish and accept life as it is. Neither positive nor negative, just something that is. The notion of fate always rings true, if you live positively. Fate is like a default setting we must calmly accept and care for over time. And fate is strange. No one has a truly normal fate, not even those who seem most ordinary.

BDTM: Your practice is incredibly diverse. Art historian Phoebe Scott once observed that your community activities together could be seen as part of one 'big performance'. Speaking personally—as once a student in your *Tắm Tã* [soaked in the long rain] course—I also felt that the way you facilitated the course resembled a performance more than a conventional, syllabus-based class. Do you see your artistic and social practices as part of one continuous thread, or as separate pieces?

TL: In truth, this is a profound challenge. How do you make every moment of your life a performance so that you're always within the act of performing, not just performing in designated moments or settings? When you live performatively—integrating behavior, attitude, and spirit—others begin to see beyond the words you say.

chuyện đấy. Nhưng cần ứng biến với tình thế ở trong những giai đoạn cụ thể vì có những lúc cần im, thì phải im.

[...]

BDTM: Thực hành của anh vô cùng đa dạng. Sử gia nghệ thuật Phoebe Scott từng có nhận định là mọi hoạt động xã hội của anh cũng là một phần của một cái "big performance". Bản thân em, từng là một học trò trong khóa Tắm Tã của anh cũng cảm nhận việc anh điều phối một khóa học cũng giống như một trình diễn hơn là giảng dạy theo giáo án thông thường. Anh coi các thực hành nghệ thuật và xã hội của mình là một "mạch liền" hay là những phần tách biệt?

TL: Thực ra, đây là một điều vô cùng thách thức: Làm sao để giờ phút nào của cuộc sống của mình cũng là một cái trình diễn, cũng đương nằm trong một phần của trình diễn. Chứ không phải chỉ là có chỗ trình diễn, thế là trình diễn.

Và khi sống trình diễn, tích hợp cả hành vi, thái độ và tinh thần, người ta sẽ nhìn thấy không chỉ là cái ta nói.

Đinh Nhung
Translated by Anh Vo

In March 2023, I performed *Matxa VIP* at the Art Patronage & Development (APD) in Hanoi. It was the culmination of one and a half days of workshops on performance art. Many of us participants registered to do a performance, and multiple performances took place in different areas within the building, as well as in the courtyard and on the rooftop of the APD.

I wore wide-legged lotus print pants and a white silk camisole and looked a bit seductive, since I wasn't wearing a bra underneath. I invited participants one by one and performed sensual massage gestures on them. My gentle strokes and arousing caresses focused on sensitive areas around the lips, face, neck, and mouth. Depending on their response, I adjusted the intensity and rhythm of my touch.

The first participant was a Japanese male artist. Although he agreed, his body stiffened, locked-up beneath my touch. After 15 minutes, I thanked him and invited a contemporary female dancer who is a few years younger than me. Since she appeared to be quite comfortable with her body, I gestured for her to remove her outer shirt, leaving on only the bra she was wearing. She consented. I proceeded to wrap her in my arms and softly stroke her. This artist continued responding to my touches, so I whispered in her ears,

"May I kiss you?"

After a brief hesitation, she said,

"I don't know,"

so I went on with the sensual massage without the kissing. I engaged with her for about 15 more minutes before stopping and inviting the next participant.

The third person was a much younger gay man. He was an artist who was open about his sexuality and entirely at ease in his semi-naked body. He relaxed and allowed me to caress him. I could clearly per-

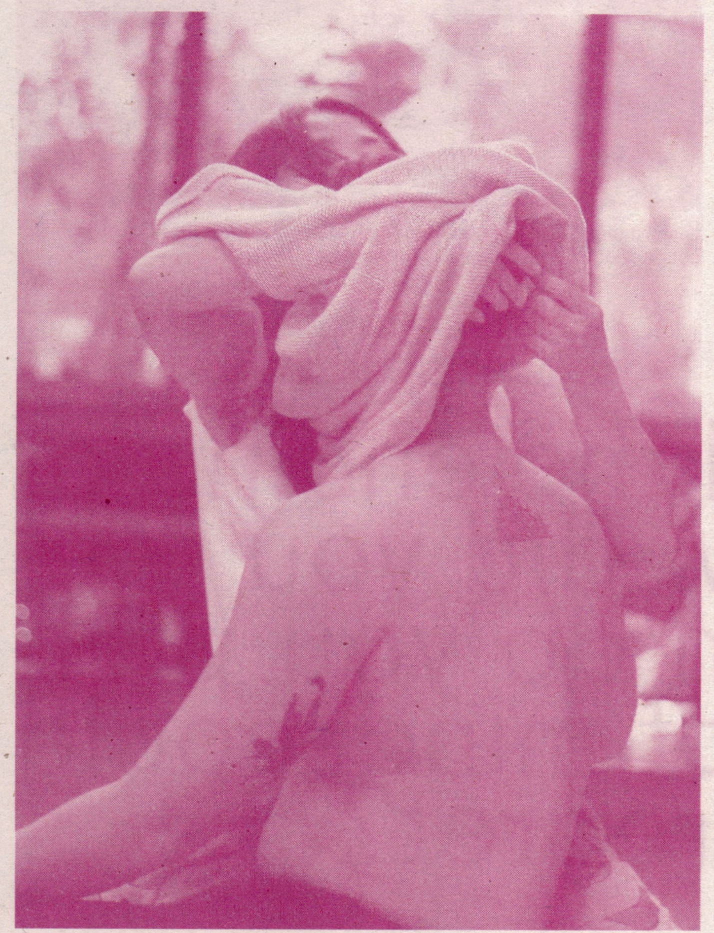

Phần Kết Của Một Tác Phẩm Trình Diễn

Tác giả Đinh Nhung

Tháng 3/2023 tại APD (Art Patronage & Development), tôi làm trình diễn matxa VIP. Phần trình diễn của tôi là một trong những hoạt động trình diễn tự do mà nhiều người tham gia, sau hơn 1.5 ngày tham gia workshop trình diễn. Tất cả chúng tôi đăng ký làm và nhiều trình diễn cùng lúc diễn ra ở những vị trí khác nhau trong toà nhà, hay ngoài sân, trên nóc nhà của ADP.

Trong phần trình diễn của mình, tôi mặc chiếc quần hoa sen ống rộng, phía trên mặc chiếc áo lụa trắng hai dây, nhìn hơi buông thả vì tôi không mặc áo ngực phía bên trong. Tôi mời lần lượt từng người tham gia lên và làm động tác sensual massage cho họ. Những động tác vuốt nhẹ, mơn trớn của tôi tập trung vào những

nơi nhạy cảm trên môi, mặt, cổ và miệng. Tuỳ sự hưởng ứng của họ, tôi tiếp tục cường độ chạm cũng như nhịp điệu của mình.

Người thứ nhất là một nghệ sĩ nam người Nhật. Tuy đồng ý nhưng cơ thể ông cứng đờ. Sau hơn 15 phút, tôi cảm ơn ông và mời một nữ nghệ sĩ múa đương đại ít hơn tôi vài tuổi. Vì bạn khá thoải mái với cơ thể của mình nên tôi ra dấu hiệu bỏ áo ngoài, chỉ giữ chiếc áo ngực bạn đang mặc. Bạn đồng ý và tôi ôm ấp, vuốt ve bạn. Người nghệ sĩ này đáp ứng lại những va chạm của tôi, nên tôi tiếp tục làm sau đó thì thẩm liệu tôi có thể hôn cô. Một thoáng ngập ngừng, cô nói, "cô không biết", vì thế tôi đã tiếp tục vuốt ve mà không hôn. Tôi cũng làm với cô chừng 15 phút thì dừng lại và mời người tiếp theo. Người thứ ba là một nam thanh niên đồng tính, ít

ceive his responses to my sensual touches. His breathing shifted. So, I asked, as I had with the female artist, whether I could kiss him. He agreed to the kiss. It was a passionate and unequivocal response to the chemistry of our touch, sealed by the kiss. This exchange contradicted my assumption that he would refuse my advance because, from the beginning of the workshop, he had said that his sexual experiences were only ever with male bodies.

After finishing with this participant, I looked around, wondering what to do next. The audience had dispersed to watch other performances. So instead of inviting another participant for a sensual massage, I laid down, gazed at those still nearby, and bound myself with a long red rope. I began to notice other eyes fixed on me. Though discombobulated, I tried to continue with the rope, then reached for the rose flowers that I put in a jar nearby to stroke them, as if they, too, were participants in the performance with me.

I kept lying there, continuing endlessly with the flowers. A few people still stood nearby. A friend kept on filming.

***

This is a performance that haunts me to this day. I still remember the way everyone's eyes were on me at that moment. I have not been able to revisit *Matxa VIP* without judging myself. I am frustrated, and wish I had been decisive enough to stop sooner—right after finishing with the three human participants. Or if I had decided to lay there longer, why not stubbornly stay, giving myself a VIP massage, with the flowers, if no one else joined me?

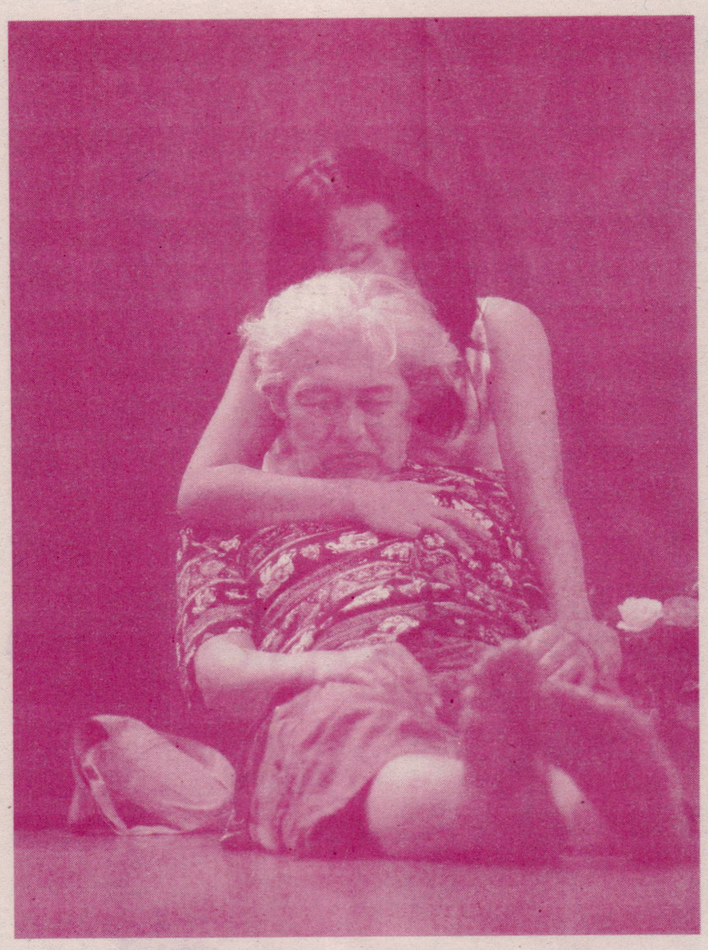

Đinh Nhung, *Matxa VIP*, performed on March 3, 2023 at APD. Image courtesy of Art Patronage & Development - APD.

The torment and regret from this particular performance has prompted me to ask some close fellow artists about ending a performance:

Have you ever regretted the ending of your performance? How did you feel about it, and how often do you plan the ending? If you do not mind, could you tell me about your regret?

Nguyễn Quốc Thành: Sometimes I think I could have done things differently. For example, standing in a different spot or adding other

hơn tôi rất nhiều tuổi. Đây là một nghệ sĩ đã cởi mở về xu hướng tính dục của mình và hoàn toàn thoải mái với cơ thể bán khoả thân. Bạn thả lỏng và để tôi vuốt ve bạn. Tôi nhận rõ những phản ứng rất rõ ràng với các sensual touches của mình và nhịp thở bạn thay đổi, vì thế tôi cũng để nghị như với nghệ sĩ nữ về việc hôn. Bạn đồng ý và tôi đã hôn bạn. Một sự đáp lại nồng nhiệt và rõ ràng về chemistry của những cái chạm, trong đó có nụ hôn- khác hẳn với mặc định của tôi là bạn sẽ từ chối vì ngay từ những ngày đầu của workshop, bạn cho biết, bạn chỉ có trải nghiệm với cơ thể nam giới.

Sau bạn nam này, tôi nhìn xung quanh và suy nghĩ nên làm gì tiếp. Những người xem đã tản ra xem các trình diễn khác nên tôi không mời những người tham gia mà nằm xuống, nhìn những người xung quanh rồi tôi trói bản thân bằng một sợi dây đỏ dài. Đây là lúc tôi bắt đầu nhìn thấy những ánh mắt khác nhìn mình. Tuy bối rối, tôi vẫn cố gắng tiếp tục với sợ dây, sau đó, tôi với tới những bông hoa và tiếp tục làm

những động tác "chạm" với những bông hoa như thể chúng cũng là những người tham gia trong trình diễn với mình.

Tôi cứ nằm đó và tiếp tục làm mãi với những bông hoa . Vẫn còn vài người đứng gần đó. Một người bạn tiếp tục quay.

Đây là một performance mà tôi bị dày vò đến tận bây giờ. Tôi vẫn nhớ ánh mắt của mọi người nhìn mình lúc đó. Tôi đã không nhìn lại được tác phẩm này của mình mà không phán xét bản thân. Tôi bực bội ước nếu như tôi đủ quyết đoán để dừng lại sớm hơn, ngay sau khi vừa kết thúc với ba người tham gia ở đó. Hoặc nếu tôi đã quyết định nằm lâu hơn, tại sao không thật lì lợm mà nằm thật lâu, tự làm VIP massage với mình, với những bông hoa nếu như không có ai tham gia với mình? Thường thì tôi cũng ít xem lại các video mình làm performance nhưng lần này, tôi không thể vượt qua sự phán xét của bản thân để coi lại toàn bộ.

interventions to the performance. As for the ending, I usually don't decide myself but rely on something that is beyond my control, like time running out or materials being exhausted.

Thảo Bùi: At the moment of ending, my mind is often empty. Perhaps the thinking and analysis have already taken place, so by the time the performance unfolds, the body enters a state of responsiveness and reactivity.

Boat Sutasinee Kansomdee: There was a time when I shaved my head and was naked and felt like I failed in the performance. But today, I don't regret anything anymore, because I understand more. Some actions we can never do again. Set the conditions for letting go of some things. Accept everything as it is.

Gao Nhi (Gạo Nhí): Often, my performances turn out to be very different from what I anticipate, no matter how much I prepare. Something unexpected always happens. Perhaps the gap between the imagination and reality is too wild, or perhaps it is that **too much imagination ends up killing reality.**

Thảo **: My performances don't usually end in a spectacular way. The conclusion comes when a task is done, or when I've reached a physical limit, or when the character I'm inhabiting grows bored or wants to leave. At the moment when I sense the performance is drawing to a close, but still have no concrete image of how it will end, I feel a bit uncomfortable, anxious, and confused, even as I must appear calm on the outside. When the outline of an ending begins to emerge, I might fall into a comical state of ambivalence—either pushing that intention to its extreme or resisting it altogether by doing the opposite. Those moments are nerve-wracking, but also exhilarating, because they bring out the ephemeral spirit of performance itself.

Nhi Lê: Performance can be **a gentle cool breeze** or **a painful puncture** on the tip of the finger; it can be grand or pitiful, filthy. The only thing I can do is to go all the way and accept whatever happens. Even when it doesn't follow the plan, I must accept failure as part of the plan. Whether it is

[...]

Tôi vẫn chưa quay lại xem performance VIP massage mà tôi lảng tránh bấy lâu. Bản chất của thực hiện performance là không thể hoàn toàn ghi lại hết được, không tạo ra các sản phẩm giống nhau bởi khán giả, nghệ sĩ và bối cảnh đều khác biệt mỗi lần lặp lại. Mỗi tác phẩm là duy nhất, dù chúng ta có sao chép lại của chính mình hay làm lại ý tưởng của ai khác. Có lẽ chẳng còn ai nhớ đến performance đó của tôi hoặc nếu có họ cũng chẳng thể nào cảm giác những cảm giác ê chề mà tôi từng có. Dù hiểu bản chất không lặp lại chính nó, tôi tự hỏi; Tại sao cái performance đó lại khiến tôi cảm giác nó thất bại nhất? Có phải vì ánh mắt tôi nhìn thấy từ phía khán giả, có phải họ vội vàng còn phải chạy đi xem các performance khác? Có phải vì buổi chiều đó có vài nghệ sĩ cùng làm một lúc nên thiếu đi sự chú ý đã khiến tôi nghi ngờ tác phẩm của mình? Có phải vì ánh mắt liếc qua rất nhanh của một nghệ sỹ đàn anh khiến tôi cảm thấy thiếu đi sự xác nhận, hay bởi vì tôi hình dung và mong

muốn quá nhiều cho trình diễn đó nên đến khi những gì không diễn ra được như mong muốn, khi không có được những ghi nhận, dù chẳng bằng lời khiến tôi thấy ê chề? Như rất nhiều nghệ sĩ, tôi tua lại những gì đã diễn ra và tự hỏi nếu làm lại, tôi nên cắt ở hành động nào, tôi nên tránh cho mình không ở trong tình huống cảm xúc nửa nọ nửa kia, nước đôi hoặc nên để cho bản thân đi xa hơn hoặc như những bài học mà các nghệ sỹ đã nêu ra ở trên, tôi cần thả lỏng, cần ôm trọn tác phẩm dù nó thế nào đi nữa.

Lần đầu tiên nhìn lại và khi nghĩ về performance này, lần này không chỉ với tư cách là một nghệ sỹ, mà còn là một khán giả khó tính của chính mình, tôi nhận ra ý nghĩa của tác phẩm này đối với chính mình. Lần đầu tiên, nhìn lại nó, tôi nhận ra bản thân mình và học được một điều; nó không phải là một sự thất bại vì nó vẫn đang ở bên tôi và cuộc trình diễn ấy vẫn đang tiếp tục với chính bản thân mình bây giờ và khi tôi xem lại nó bữa sau.

a bad idea or no one shows up to witness it, the essential thing about performance art is that it must happen. Performance is a vivid, condensed experience that lives in the mind and the flesh; it is a marker of the artist's existence. It must happen, just as we must continue to live. Each time I step into a performance, I try to be fully ready, needing and wanting nothing more, because for me, performance never truly ends.

Yadanar Jewel: In the beginning of my career, I didn't really think about or decide how to end my performance. I did pretty dramatic endings— like when the song stopped, the actions stopped. These endings were based on my learning from a lot of contemporary dance and theatre. More recently, as I've had the opportunity to do the same performances repeatedly, I've tried different endings, often extending the duration each time. I've changed the endings and made them better by taking longer and longer. The more I repeat it, the more the work becomes concrete, but it doesn't mean I am satisfied with the work.

***

I still have not gone back to watch the performance documentation of *Matxa VIP*. The essence of performance is that it can never be fully recorded, nor can it be reproduced with the same result, because each time, the audience, the artist, and the context are different. Every work is singular, whether we repeat ourselves or re-enact someone else's idea. Perhaps, no one even remembers that performance of mine anymore. If they do, they could not possibly sense the humiliation that I experienced.

Even as I understand the non-replicable nature of performance, I still ask myself: Why does that performance feel like my greatest failure? Is it because of the glance I caught from the audience, suggesting they were in a rush to move on to other performances? Is it because several artists were performing at the same time that afternoon, and the lack of attention made me doubt my work? Is it the quick, dismissive look from a senior artist that left me feeling unacknowledged? Or is it because I had imagined and desired so much for that performance that when things did not unfold as I had hoped, when there was no recognition, not even wordless acknowledgement, it left me feeling ashamed?

I rewind what happened in my head, wondering if I were to do it again, at what action I should have cut it short; or how I might have avoided putting myself in that half-hearted, ambivalent state; or how I should have pushed myself further; or how I need to let go, embracing the performance fully, regardless of how it turned out. No matter what, the performance still remains with me, unfolding within me now, and again whenever I return to it.

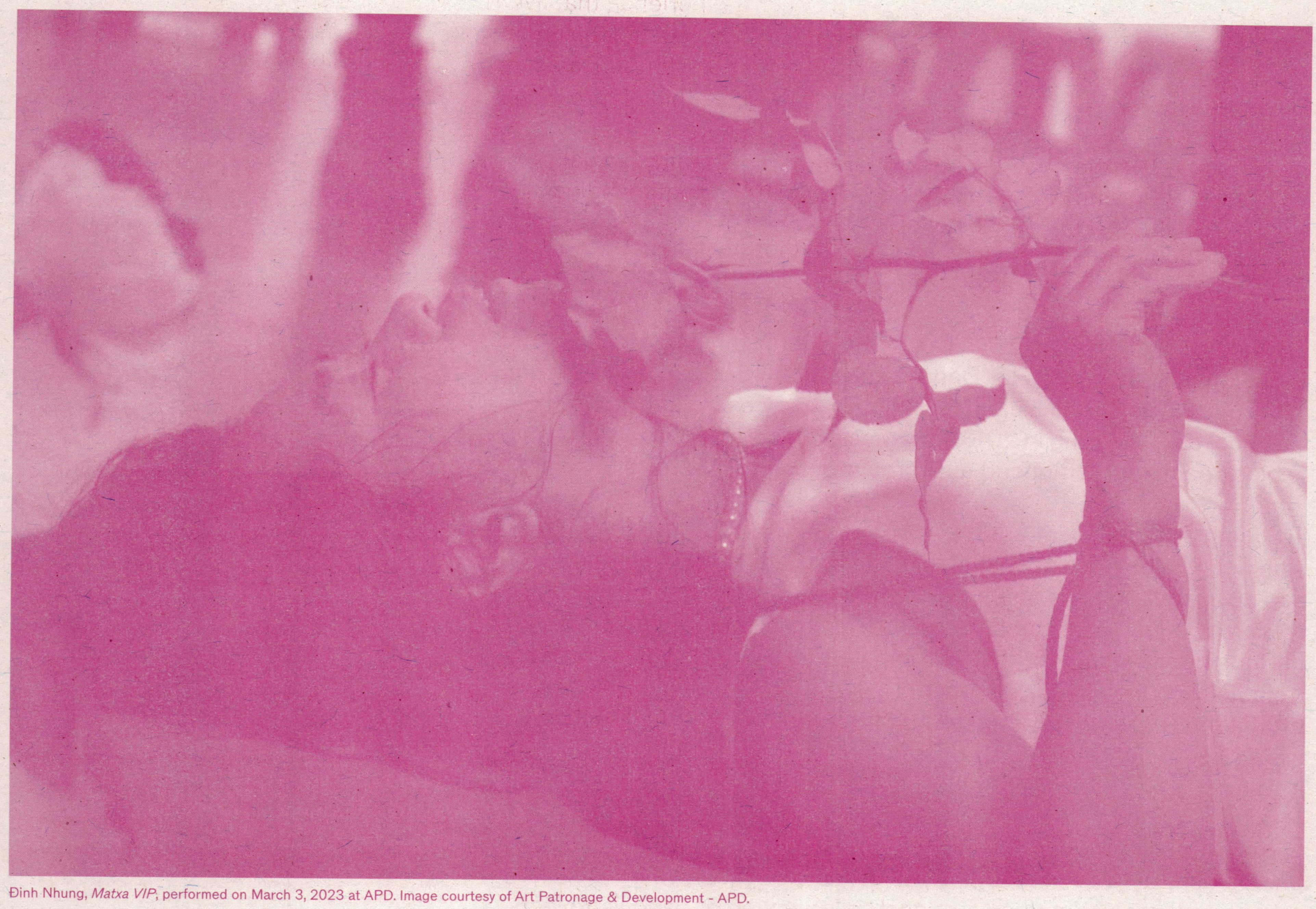

Đinh Nhung, *Matxa VIP*, performed on March 3, 2023 at APD. Image courtesy of Art Patronage & Development – APD.

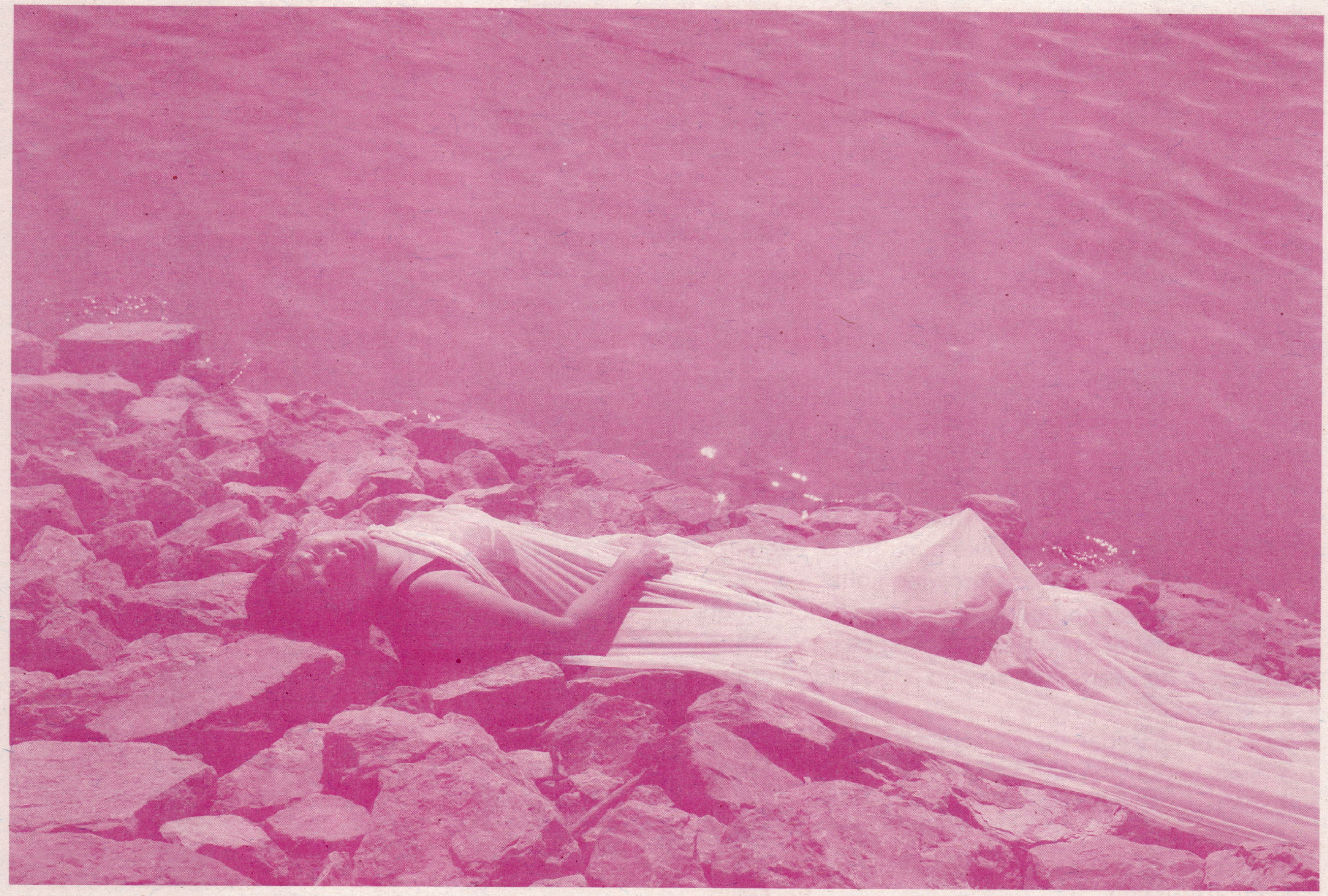

gỡ những lùng bùng [unraveling the tangle], November 2022. Photo by Hoàng Nguyên. "This performance by the Red River, where I had once crossed the river to marry the island for a performance in September 2022. The interval captured here could have lasted from just a few seconds to several minutes. When should it end? I sat up the moment I realized I was asking myself this question."

The Appendix

1. a tube-shaped sac attached to and opening into the lower end of the large intestine in humans and some other mammals.
2. a section or table of additional matter at the end of a book or document.
3. Phụ Lục: Nguyễn Huy An, Vũ Đức Toàn, Ngô Thành Bắc, Hoàng Minh Đức, Nguyễn Dương Hải Đăng, Nguyễn Văn Song. 6 alumni from Vietnam Fine Art University that got to know each other from their school days. Starting in 2010, they dressed in uniform white shirts and black pants and practiced as a group focused on performance art.

To begin, I wrote them a letter. I spoke of how their practice, most significantly their use of spatial dramaturgy as a curatorial framework,[1] had an impact on mine and how I wished to work with them, even after an earlier rejection. Fifteen years on, Phụ Lục remains active, though the number of members that participated in the performances shifts from performance to performance. This is by no means a retrospective exhibition. The act of looking back at their past work is not intended as a conclusion, but rather as an effort to archive and champion them from a vantage point—one that is both distant and proximate. Distant due to a generational gap and the fact that I have only experienced most of their works indirectly, mostly through documentation, either video or photography or word-of-mouth. Close because of geographical proximity, personal friendships, and professional collaboration on various projects. Curating an exhibition for a performance art group, or in other words, exhibiting performance is an oxymoron. On one side: the momentary, the live, the direct, the presence of the body—alive. On the other: the static, the stretched-out time (in this case, six months), the indirect, the absence of the body—even death (here I think of *nature morte*, or "dead nature" as a metaphor for performance once its live moment has passed).

For this piece of writing, I refer to them as Phụ Lục—not as a descriptor, but as a person's name. This document serves as a living record of an evolving project, which will culminate in a two-chapter exhibition in Saigon at the end of 2025, in which Phụ Lục allowed me ultimate freedom to curate from the repository of their past performances.

I. Making a list of objects

In *Phụ lục*'s performances, objects play a vital role, carrying personal, familial, and national histories. Among the belongings tied to each member, I've felt drawn to certain items—partly based on personal affinity (rather than attempting a complete inventory), and partly because these objects feel like portraits of each artist.

- an oversized yellow plant-growing light[2]
- a self-operating photocopier ejecting black sheets[3]
- an old school drum without drumsticks, suspended from the ceiling[4]
- an automated tortoise carrying a lacquered crane[5]
- a piece of cotton candy[6]
- a pool of charcoal, inside it: black ink[7]
- a glass tank filled with tofu residue[8]
- a solar-powered light piano[9]

1. Here I refer specifically to how Phụ Lục's deployment of the storage-unit system—both spatially and conceptually—functioned as a curatorial strategy in their project *Skylines with flying people 4* (Mini Kingkho, Hanoi, 2020), and how it later informed my own curatorial intervention in *White Noise* (Nguyen Art Foundation, 2023), an exhibition that sparked considerable debate.
2. A confessional atmosphere wrapped the space and the bodies in it in an intensely immortal yellow.
3. A key element in Phụ Lục's group performance, *The anatomy of a faulty production line,* with the rare participation of all 6 members at Nhà Sàn Studio in 2010, in which Đăng photocopied black sheets of paper; An spread the stack across the floor in checkered lines; Toàn climbed a ladder to replace a light bulb; Song, like a diacritical mark, lay slanted across the stage, his head pressed against a pillar; Bắc traced the boundary between audience and stage, pacing back and forth with a plumb line in hand. The photocopier streaked green laser beams.
4. In Phụ Lục's *Somniloquy 4* in Future of Imagination (Singapore, 2012), Song aimed the drumstick at a single point on the drum, but he never struck it.
5. Bắc invited a pet turtle to take part in the group performance *Somniloquy 4* at Nhà Sàn Studio during their 15th anniversary exhibition. The turtle bore a lacquered crane on its back, moving slowly. Midway through the performance, the police came uninvited, abruptly bringing it to an end.
6. A cotton candy appeared with Nin, Toàn's daughter, as part of Toàn's performance *Eating (outside) needs no explanation* at Á Space, 2022, a re-enactment inspired by Nguyễn Trinh Thi's *UNSUBTITLED* (2010). In both performances, each participant invited to take part in the performance would choose a food item for themselves. The two performances are 12 years apart. Cotton candy is Nin's favorite.
7. *Frozen rain*, a performance by Phụ Lục for IN:ACT 2010 at Nhà Sàn Studio, was conceived as a fictional encounter along the riverside during the dry season between a fisherman, a coal worker, and the son of a tofu shop owner, who had died in debt. For more than an hour, Đức remained submerged in a tank of tofu residue; Toàn, soaked from head to toe, was tied to a pillar with one hand holding a fish; and An sat on a chair in a pool of peat, two small mounds of coal resting in his palms. The three of them were all wet, silent, and frozen.
8. Ibid.
9. In Bắc's open studio, part of Phụ Lục's residency with MoT+++ in Saigon in 2018, he created a "piano" from solar-powered lights, which members of Phụ Lục played live using various objects to cast shifting shadows on the solar panels. Everyone played music with light.
10. Grab, a technology-based ride-hailing service, was introduced to Vietnam in 2014 and has since transformed the country's urban lifestyle and streetscape. Its green-uniformed drivers have become a defining presence on the roads, emblematic of a new urban workforce. In a performance in Huế during the Nổ Cái Bùm Art Festival (2020), Phụ Lục donned these uniforms, transforming themselves into Grab drivers as they carried a styrofoam cut-out inscribed with a quote from Emperor Duy Tân. In another untitled work, they enlisted more than ten actual Grab drivers to deliver packages of objects from their earlier piece *Reunification–1 Journey* to Manzi Art Space, where the work was being sold to a collector. The gathering of Grab drivers at the gallery created a comic scene.
11. The sedge mat, an object commonly used in traditional Northern Vietnamese domestic and ritual spaces, appeared frequently in the early works of Phụ Lục. The mat determined the spatial arrangement among the group's members and their relation to the physical site of the performance. In *Somniloquy 4*, presented at *Future of Imagination* (Singapore), the mat was cut into six pieces, with each member standing on one piece.
12. The *Skyline with flying people 4* exhibition, curated by Phụ Lục, took place at Minikingkho, Hanoi at the end of 2019 and early 2020, amidst COVID-19 social distancing. The show sparked heated debates about the "authoritarian / authorial" role of curators. Phụ Lục decided what was shown, by whom, how it was shown, and how much of each work to include—leaving artists with only the choice to accept or reject. There wasn't much to argue about. In curatorial language, there is a term: *the curatorial frame*. I chose to exhibit that very frame—the sea-blue shelving system of that project—as an artwork in its own right.
13. Within a closed composition encircling a familiar sedge mat, Bắc stood with his back to the group, gripping an electric cord and whipping the stone dog seated at his feet. It was part of *Somniloquy 2*.
14. In the three-person performance *Somniloquy 3* at Future of Imagination (Singapore, 2012), Toàn lay on the floor, propelling himself forward by sliding his body toward the audience, a cigarette lodged in his navel; Song hurled ink-soaked rice against the wall, the grains rebounding sharply; An dragged a bucket of black water, its handle tethered with a rubber strip.
15. The kettle recurs in Toàn's work. Its high-pitched whistle carries a sense of emergency, almost anxious. In the performance *Three Perimeters*, the duration of the piece was determined by the time it took for the water to boil.
16. Ibid.
17. *Somniloquy* 2. In the last month of the lunar year, peach blossoms for Tết. Đức rinses his mouth with honey, spits into a spittoon. Bắc whips the stone dog. An walks across the spread-out clothes of Đăng.

- 6 GrabBike jackets[10]
- a straw mat, cut into six sections[11]
- a riddle of empty self-storage units[12]
- four military compasses

Through conversations with Bắc and Song, I learned that their early works as art graduates were grounded in the fundamental principles of figure drawing—proportion, composition, form, axis, direction, lighting—and often referenced classical paintings. In their later works, they moved away from these frameworks, yet their visual thinking continues to draw on the foundations instilled during their training at the former École des Beaux-Arts. As a curator, I was never trained in figure drawing. Once, an artist even told me "I can't draw." For the exhibition *Phụ Lục through whose eyes?*, I would like to practice figure drawing in space, using their borrowed objects as found materials.

II. Making a list of sounds

In Phụ Lục's group performances, sounds create rhythms and pace the performances. Sounds are movements themselves, attuned to bodies in space and to friction between material and flesh. Sound is also the most elusive element when it comes to documenting performance. Like adjectives, sounds hover on the edge of language, resisting textual reinterpretations. This is my playlist of favorite sounds assembled from their works, through which I wonder if a sound-based performance work could be remixed and produced in space.

- the whipping of a stone dog[13]
- the slosh of water in a bucket, tethered to the mouth with a rubber strip torn from a motorbike's inner tube[14]
- the high-pitched whistle of water rising through a spouted kettle[15]
- the ink-blackened rice grains striking the wall, then scattering to the ground[16]
- the gurgling of honey in the mouth[17]

III. Making a list of phrases

Titles of their works hint at locally specific wisdom or oral histories, yet remain riddled with ambiguity and poetry.

- *Chúng ta ươm lại hoa* (We replant the flowers)[18]
- *Hai sỏi một cát nửa bao xi măng* (two [baskets of] gravels, one [basket of] sand, half a bag of cement)[19]
- *Bài học nông nghiệp: Nhất nước nhì phân tam cần tứ giống* (Agricultural lesson: first water, second manure, third diligence, fourth cultivar)[20]
- *Mơ nói* (Somniloquy)[21]
- *Phụ Lục through whose eyes?*[22]
- *Phụ Lục, how are you?*[23]
- *Phụ Lục: Those 15 years*[24]

18. *The five gates of the city greet the returning troops,*
like a blooming flower with five peach-pink petals,
glistening in the early morning dew.
We replant the faded blooms of days long past—
oh, beloved old streets of Hanoi!
Tomorrow's flowers await to welcome the future in our hands,
as life's springtime smiles and sings again.

A phrase from "Marching towards Hanoi"—a song by Văn Cao composed to celebrate Hanoi's liberation from French colonial rule on October 10, 1954 became the title of Phụ Lục's 2016 performance at four of the city's old gates. Once vital gateways into the imperial citadel of Thăng Long, these gates are not merely coordinates on a map; they stand as enduring symbols of victory, pride, and pivotal moments in the nation's history. Of the five historic city gates, only Ô Quan Chưởng has retained its original form; the others survive merely as place names, their physical structures long erased. Amid the jubilant echoes of history, in the early morning of October 10, 2016, Huy An sipped French red wine at Chợ Dừa Gate; Bắc cast a plumb line at Cầu Dền Gate; Song flung black-inked grains of rice into the air toward Đống Mác Gate; and Toàn inflated balloons with an oxygen tank at Thanh Bảo Gate.

19. Two [baskets of] gravels, one [basket of] sand, and half a bag of cement was once the standard mix for pouring concrete ceilings in residential homes, a method now long replaced by modern practices. In the cramped elevator of Hanoi Creative City—where Nhà Sàn Collective once occupied the 15th floor—An, Toàn, and Bắc stood half-naked, each balancing on their head and shoulder a basket of gravel, a basket of sand, and a bag of cement. On the 15th floor, Song sat tallying the labor: each time the elevator doors opened, he counted one unit of work.

20. This proverb underscores the need to balance these elements for a successful harvest, reflecting the agricultural knowledge and experience of the Vietnamese people. On the small stage at the Japan Foundation Hanoi in 2012, as part of Nhà Sàn Collective's *Skyline with Flying People 2*, in the Phụ Lục room: the floor is cut open, An stands with mud on his head; a ladder reaches the ceiling, Toàn climbs and sprays mist onto the lights; Song lies across the stage, a hoe clenched in his mouth; a TV plays footage of Đức sharpening a sickle.

21. Since 2011, Phụ Lục has been sleeptalking. In 2018, *Somniloquy 11* unfolded as if only a sleep away from *Somniloquy 7*. Restaging the setting of *Somniloquy 7*—abruptly halted by a police visit—the performance presented thirty-five mats flipped to conceal their patterns and stacked to knee height; a long table with betel pulp, its fibers plucked individually with tweezers and unraveled into threads; a small jar; and a live turtle fitted with a fabricated crane. Time seemed to stop. In a single flash of light, Phụ Lục—now reduced to three members—appeared seated on the wooden platform, their beards long and their hair silvered with age.

22. This title originated from Phụ Lục's playful rephrasing of the documentary film *Hà Nội trong mắt ai?* (Hanoi through whose eyes?) directed by Trần Văn Thuỷ in 1983, coined during one of the first conversations between them and me that led to the Phụ Lục Project. The title *Phụ Lục through whose eyes?* later became the official title of one chapter of the exhibition curated by myself, through which Phụ Lục granted me the freedom to look at their practice from my own perspective and to reconstruct it within the exhibition format.

23. "How are you?" is a casual, almost automatic question people ask when they meet. It was also how Phụ Lục responded to my invitation to develop an exhibition of newly commissioned works to mark the fifteenth anniversary of their collective practice. For them, the exhibition needed to reflect the most honest and unvarnished state of Phụ Lục as it exists in 2025. *Phụ Lục, How Are You?* eventually became the second part of the exhibition, in which the artists turned a critical gaze on themselves as they entered their forties.

24. Those fifteen years—how much feeling they held!
Now the shattered mirror is whole again;
the sacred form, deceptive once, has found its place.
If fate still lingers, the person remains;
as long as the silver moon endures,
so does the ancient vow.

An excerpt from Chapter 22: "Kim and Kiều Reunited" in *The Tale of Kiều* by Nguyễn Du, emphasizing the long, arduous passage of time (fifteen years) and the deep memories and profound emotional bond between Kiều and Kim Trọng before Kiều was sold away. Here, An referenced this anecdote to allude ironically to the fifteenth anniversary of their collective.

Lyon Dat Nguyen

I. *Palao* (Hoi An)
a hollow cry
echoes through the dome-shape theatre
people run frantically
they're running away
running into hiding
running to keep going

a ritual
an image of a god
a celebration of life and death
a journey of rebirth
of finding one self
of finding answer

terra cotta pots
red for energy and strength
webs of fabric
white for purity and sacredness
two colors
flowing, undulating

a shattered pot at the end
an acceptance
a goodbye
a quietness

Eighteen (2013), presented as part of OpenStage Project. Sculpture installation by Nguyen Thuy Hang. Choreographed and performed by Ngo Thanh Phuong. Photo by Lam Hieu Thuan.

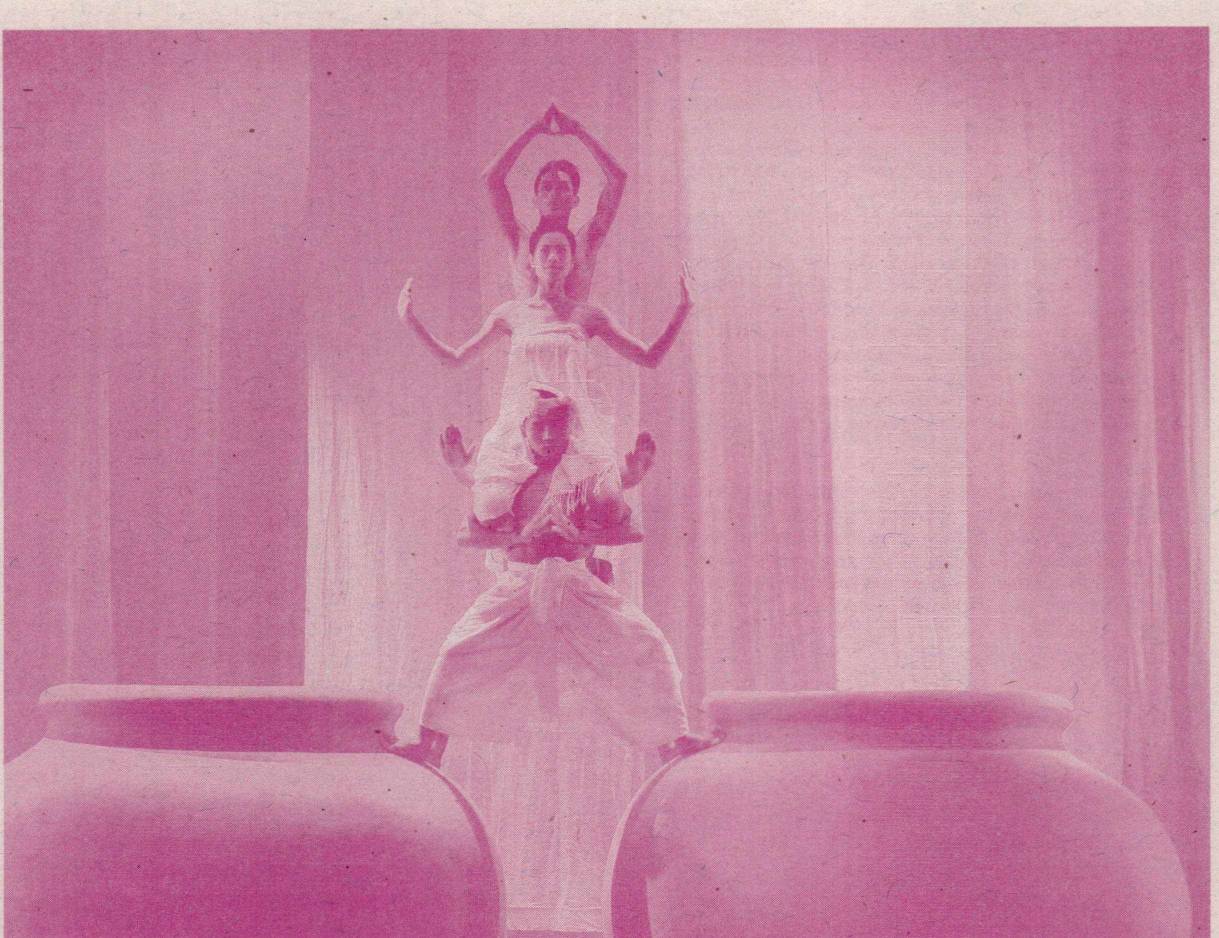

Palao, photo courtesy of Lune Production

After seeing *Palao* (2018–2019), I went back to my hotel and immediately jotted down as much as I could, to keep my memories of the performance through the process of writing. I was surprised to witness such powerful imagery from a Vietnamese show. *Palao* tells the journey of the Cham people, one of the original inhabitants of Vietnam. Through historical struggle, the Cham have become an ethnic minority in their own land. *Palao* is an attempt at having Cham people preserve and celebrate their Indigenous culture amidst a society heading towards assimilation. The show weaves together traditional Cham elements with contemporary designs. Even now, six years after coming home, it's still quite rare for me to see a dance piece tackling sensitive issues like historical conflict and ethnic identity in a Vietnamese landscape saturated with dance-for-entertainment.

Palao was also my first encounter with choreographer Ngo Thanh Phuong, although it would be another year before I met her in person. You know what they say, the art does reflect the maker. Phuong is stern, strong-willed, disciplined, and straightforward. For Phuong, making art like *Palao* is not only a way to reflect but also a way to honor and celebrate traditions, all the while posing questions, sometimes provocatively, for the culture she is a part of. She understands that it takes courage to ask these questions, and tenacity to endure the answers.

II. Absurd Requests–*Chum* (Nha Trang)
Spring 2025. Investors in the beachside resort town of Nha Trang told Phuong they wanted to contribute to the local arts and culture by supporting a new show that reflects Vietnamese and local identity. *Chum* centers around the harmony of co-existing. It's a work that not only showcases cultures but also employs people directly from four different ethnic minorities in Vietnam: Cham, E-de, J'rai, and Kinh. For the minorities Chăm, Ê-dê, and J'rai, the word *chum* means kiss, reflecting the creative spirit that Phuong and the cast aims toward, which is the hope for reconciliation and amity between these groups.

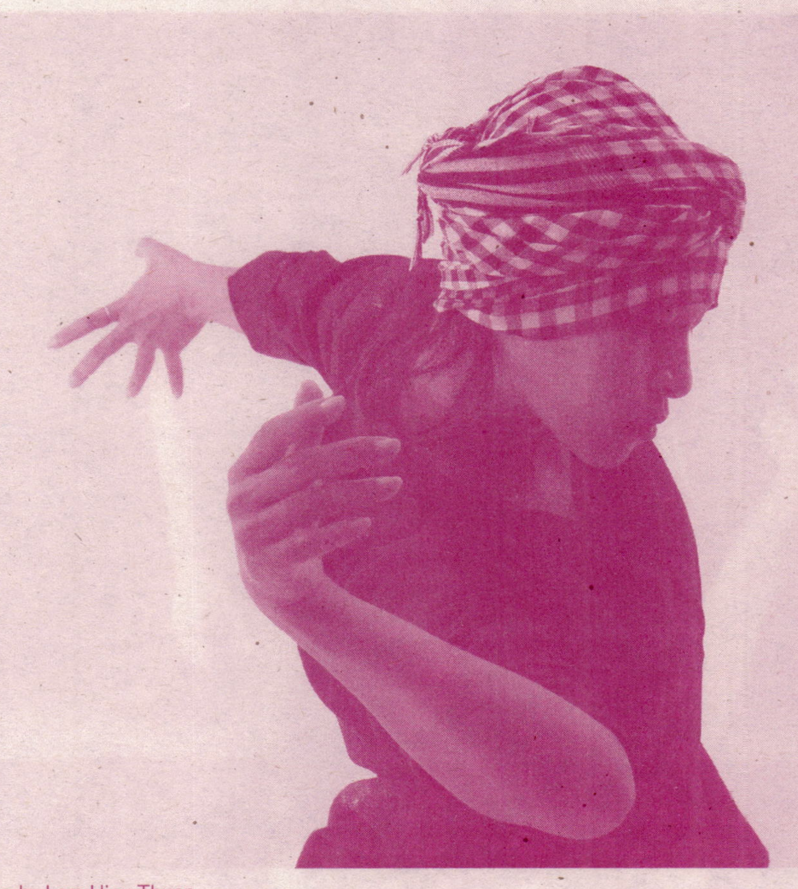
Ngo Thanh Phuong by Lam Hieu Thuan

After seeing the first draft of her new work titled *Chum*, they told her
they want

more EDM and girls in bikinis.

This absurd request isn't without its sensibility. Although culture holds
significant value for nationalist propaganda, it can also be thought
of as an exotic commodity sold to foreign tourists. According to this
logic, 'cultural dance' can be mixed with techno music, and girls in
bikinis moving around culture-signifying effigies can do wonders for
our local art scene.

It is frustrating, but Phuong is willing to put up with it and to try
to understand what lies underneath these absurd requests. The
suggestion of EDM stems from investors' desire for the show to feature
some high-energy moments. They want audiences to get excited, to
experience a perceptible change in space-time through a thumping
bass rhythm. Once Phuong identifies this desire, she finds a way to get
on the same page by restructuring the music. Eventually, she arrives at
a soundscape that uses traditional drums and percussion to achieve
the energy shift without compromising the show's narrative coherence
and cultural value. *Chum* is set to premiere in the second half of 2025.

This time Phuong managed to find common ground with her investors,
but she wonders how much more she should tolerate because these
kinds of requests persist, and the fight to preserve authentic artistry
gets old. At the end of the day, artists shouldn't be the only ones
to carry

the heavy burden of educating

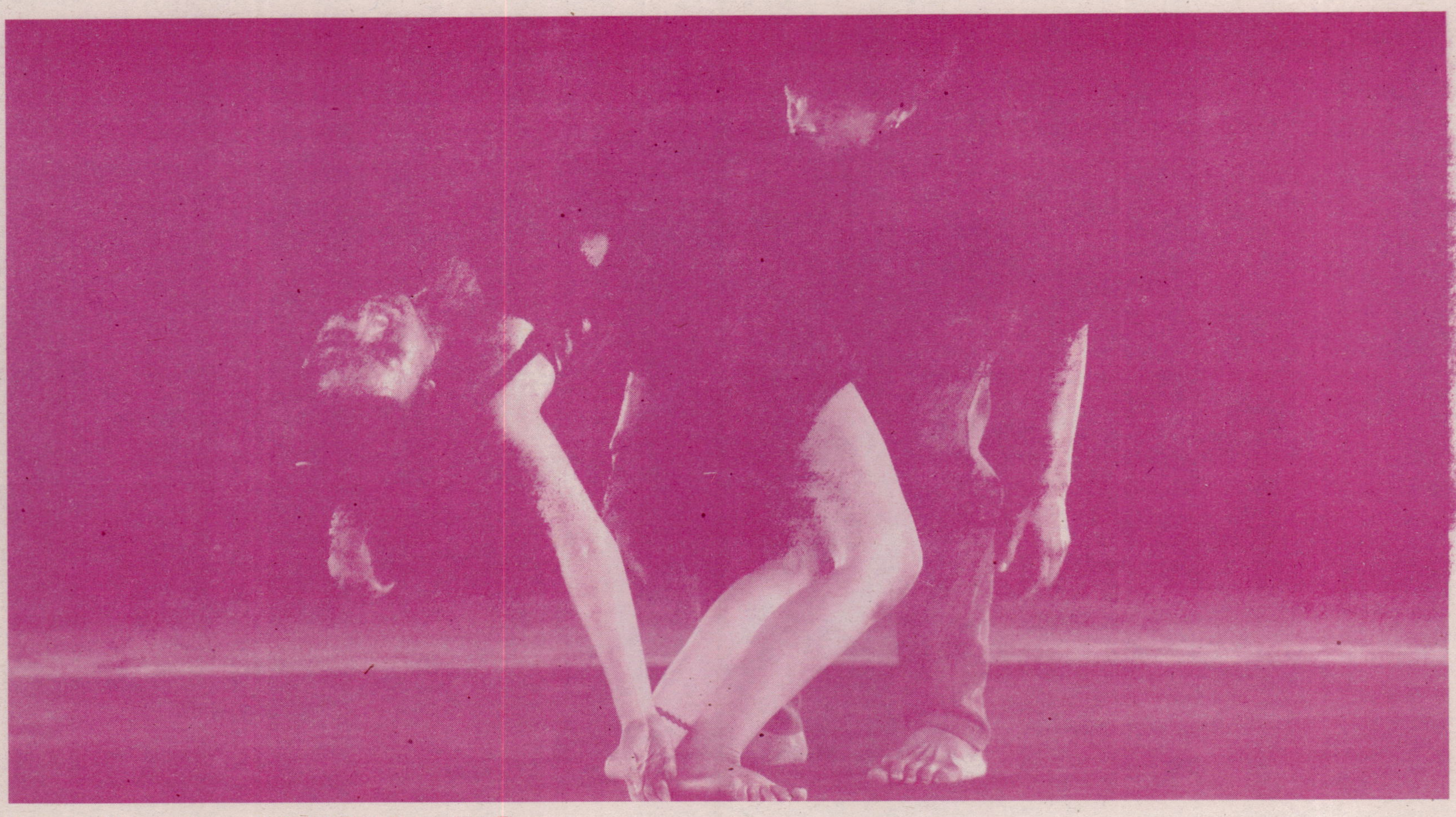
Hoang Anh & Nguyen Nguyen, *X-Project*. Photo by Lam Hieu Thuan.

the society they live in,

nor pandering to the investors' belief that audiences can't be receptive to new languages and experimental aesthetics.

III. *X-Project*

Hoang Anh (a male-identifying dancer) approaches Nguyen Nguyen (a female-identifying dancer) with disjointed movement, mirroring a robotic animal machine. He sniffs her, bites on her t-shirt, and pulls her up from the ground like a predator, a wild cat, carrying dead prey by its skin. Moments later, he maneuvers her so that she hangs on his shoulder and uses her leg as a machine gun, firing at other dancers. The duet ends with Anh grabbing Nguyen by her neck and spinning her around the stage violently while Nguyen tightly grips his arms.

Another duet: Nguyen Nguyen and Thuong Le stand side by side, touching their bodies while looking past the audience as if they were checking themselves out in a mirror, scanning for imperfections. They touch their own breasts and buttocks, then transition into touching and grabbing each other's, all the while gazing intensely into the distance. Still holding on to each other's buttocks, they perform small bouncy jumps. They start slowly and then get quicker and more intense, ending with both dancers looking up and releasing their breath, which gives off a bizarre sexual energy. Coupled with an insistent, emotionless expression, these aggressive little gestures take place in an eerie silence. They take out lipstick and smear it over their lips, releasing a coercive smile. Finally, they raise their arms and flex like bodybuilders while marching in place in a militaristic manner.

In the Q&A after the show, an audience member noted that only when Nguyen Nguyen and Thuong Le smeared lipsticks on were they reminded that the dancers were women. Before, they only thought of them as bodies in motion. Another audience member disagrees, seeing the duet between Hoang Anh and Nguyen Nguyen as obviously about the male-female dichotomy, power dynamics, and women's oppression. For one observer, being a woman is not a concern until one

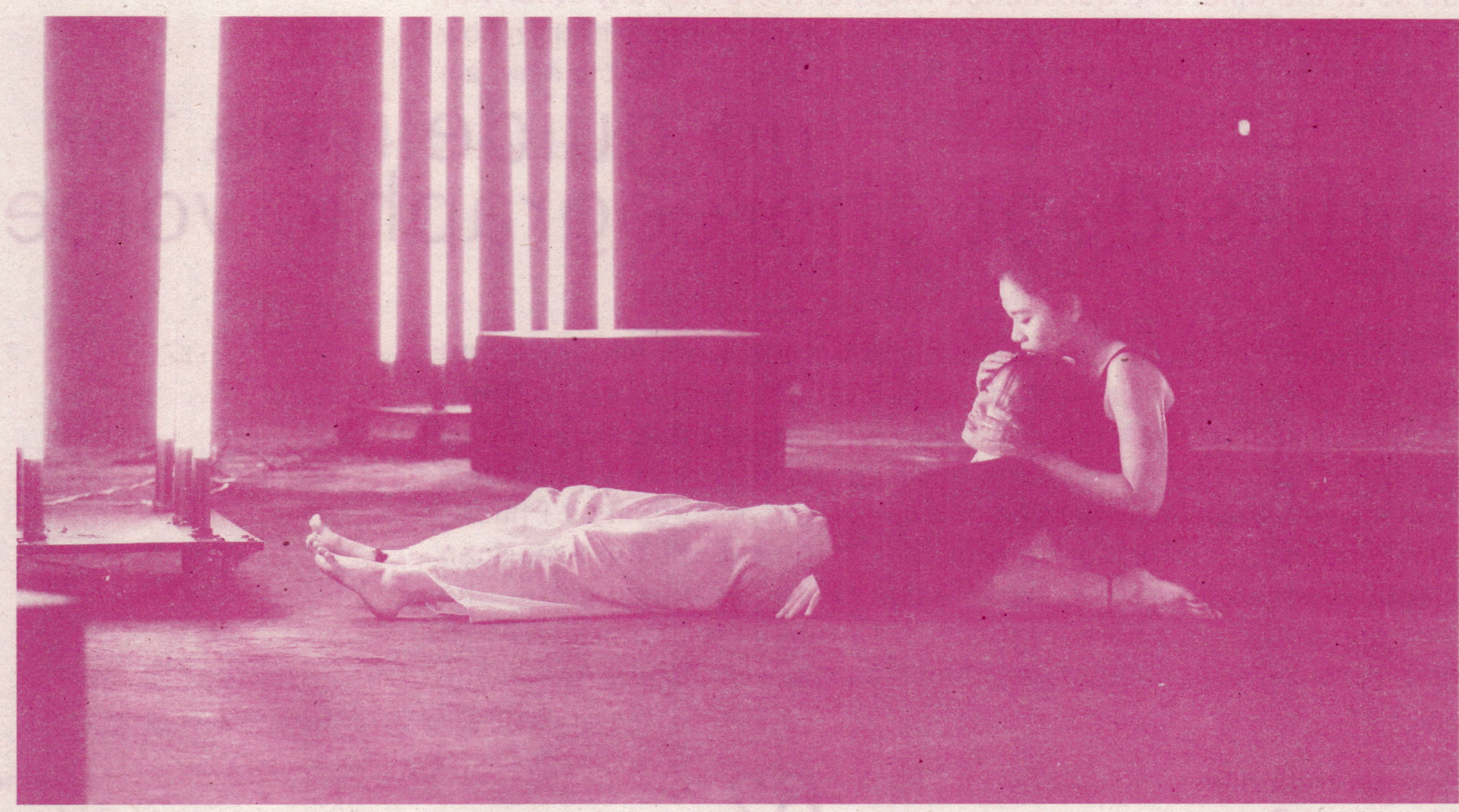

Hoang Anh & Nguyen Nguyen, *X-Project*. Photo by Lam Hieu Thuan.

is required to perform femininity (through the lipstick), while for the other, being a woman is seen as a voice that is whole and throughout, always existing and materializing.

X-Project considers the chromosome X as the determinant of sex and sex as defining gender. Phuong asks what the body is actually constructed of, what of us is body and not body. As a choreographer, Phuong doesn't shy away from strong images like those from *X-Project*. Letting images carry the weight of the human psyche—be it uplifting or revealing a dark nature—begs for conversation, instigation, and rebuttal. Phuong wants to make sure that every movement and moment matters. She understands the importance of presence and of being, of provocation and seduction. Why go on stage at all if you have nothing important to say or do?

IV. Dissident Origins

"Why so shallow?"

was the first question Phuong asked regarding almost everything she saw in dance after coming back from her four-year study at the Folkwang University of the Arts. I know a lot of folks with an anti-colonial perspective will chime in and say, "Well, you can't just apply a Western or German perspective to dance in Vietnam and call it shallow. You have to let the Vietnam dance scene have its own identity and take its own course." However, Vietnamese dance culture didn't have the chance to develop on its own because of our imperial and colonial history, as well as the wars we fought against the Chinese, the Japanese, the French, and the US. Even now, we are still constantly being bombarded with cheap, fast, mass-produced capitalist 'culture' from the West, just as the absurd requests above demonstrated. "Why so shallow?" is only a fair question to ask of dance in Vietnam as we regard our emerging global performing arts identity.

Because Phuong was so frustrated with the state of dance in Vietnam, she sought an alternative path despite not knowing what it meant to do so at the time. She questioned whether there was any other way other than what is normally accepted. She had no idea whether/how one could be an independent artist, but that she didn't want to maintain a status quo nor go corporate. There were no guidelines for a dissident choreographic voice like hers.

From project to project, she actively sought to work with different types of people—circus artists, music/sound producers, culture producers, hip-hop dancers, non-dancers. Because these communities are unrestricted by the didactic government artistry and education, working with them helps her find new voices and opportunities. Phuong participated in an exchange program in the U.S. at the American Dance Festival, supported by an Asian Cultural Council grant. She was one of the key choreographers for Arabesque, the first private, neo-classical, and contemporary dance company in Saigon. Arabesque was also where she developed the OpenStage Project, an initiative that fosters experimentations and exchanges between artists from various disciplines, between students and masters. Her works earned her numerous awards and grants around Asia, and her perspective widened along with her connections. In the past few years that I got to know Phuong, she also started experimenting with performance art, screendance, and durational performance. Little by little, projects grew in significance for her and her communities, with whom she was both building and finding a home.

V. Resilient Strategy

Phuong is now living in Nha Trang. At first, she relocated there for a commission that eventually resulted in *Roi Mo*, a show that employed an impressive company of artists—dancers, musicians, puppeteers—in service of bringing a work celebrating Vietnam's own unique form of water puppetry together with contemporary technologies. Reimagining mythological tales while interweaving hand puppetry with animation and video live feed increases the reach of Vietnamese culture, elevates Vietnam's status in the imagination of the world, and keeps local artists working. After a few years of being in Nha Trang, she grew fond of it and started calling it her new home. She has been trying to grow the local art community, supporting and pushing friends and colleagues around her to reach further and explore their own potential. She initiated and mentored two projects for friends from the Cham ethnic heritage, carrying on the legacy of *Palao*. She co-founded MORUA, based in Saigon and Hoi An, creating a space and residencies for emerging dance artists to develop and challenge themselves artistically.

Although she invests a lot in the community, she's also aware of the privileged and peculiar position she's in. She understands that not everyone can live a life like hers. She calls both herself and me "magicians" of the dance field. A magician of their field, according to her, is someone so versed in their skills that they aren't afraid to try and initiate new things. They are free from the worry of daily life regarding basic needs because everywhere they go, they can make things happen for themselves to get by. For other people, it's not the same story. Sometimes, some of us have to leave the limelight to work out how to eat. That's precisely what happened with some of these projects she helped mentor, where the artists couldn't practically continue. I understand these sentiments deeply. Efforts from a few individuals are nice, but in the long run, we cannot sustain our practice without an infrastructure and a support system from the government in place, which is our current situation in Vietnam. Art projects here are often funded by foreign institutions with grants and visions ever-shifting to fit their current agenda.

Despite these struggles, Phuong remains resilient and hopeful because, for her, making art is less a question of privilege than one of humanity. Considering the time and effort that was put in, she's grateful for the journey and for the impact both big and small. She's also respectful of friends who can no longer walk the same path because she understands things weren't meant to be. In Vietnamese, we call this *duyên*, something written in fate, a predestined affinity. If you have duyên with something or someone, things will happen for you, or you will eventually cross paths with them. I have a lot of duyên to know and support not only a powerful choreographic voice but also a resilient human like Phuong.

Saigon, July 2025

Phương Phan

"Can the body remember?" aims to be an open question and invites discussion about the impacts of propaganda images in the practice of contemporary performance artists in Vietnam. This question emerged from decades-long conversations I had with artists about their works. Examining the strategies leveraged by Lại Diệu Hà, Nguyễn Xuân Bắc, and Trần Lương, I show how these artists have turned government propaganda into a tool for criticism and reflection on their own collective memories in relation to state-sanctioned imagery. I also explore how the artists have turned propaganda images into a tool for criticism and reflection on their own collective memories with propaganda images. Published below is a portion of this longer project, focusing specifically on the third section on the work of Lại Diệu Hà. Not included in this excerpt is an extended discussion of the performance work *Lập Loè* by the artist Trần Lương, in which the artist uses the symbolism of a red scarf to think generationally about the imprint of communist ideology on the body; as well as a section on the visual artworks of Ngô Xuân Bắc, whose artistic works are deeply engaged with the many facets of propaganda and its visuality in urban landscape.

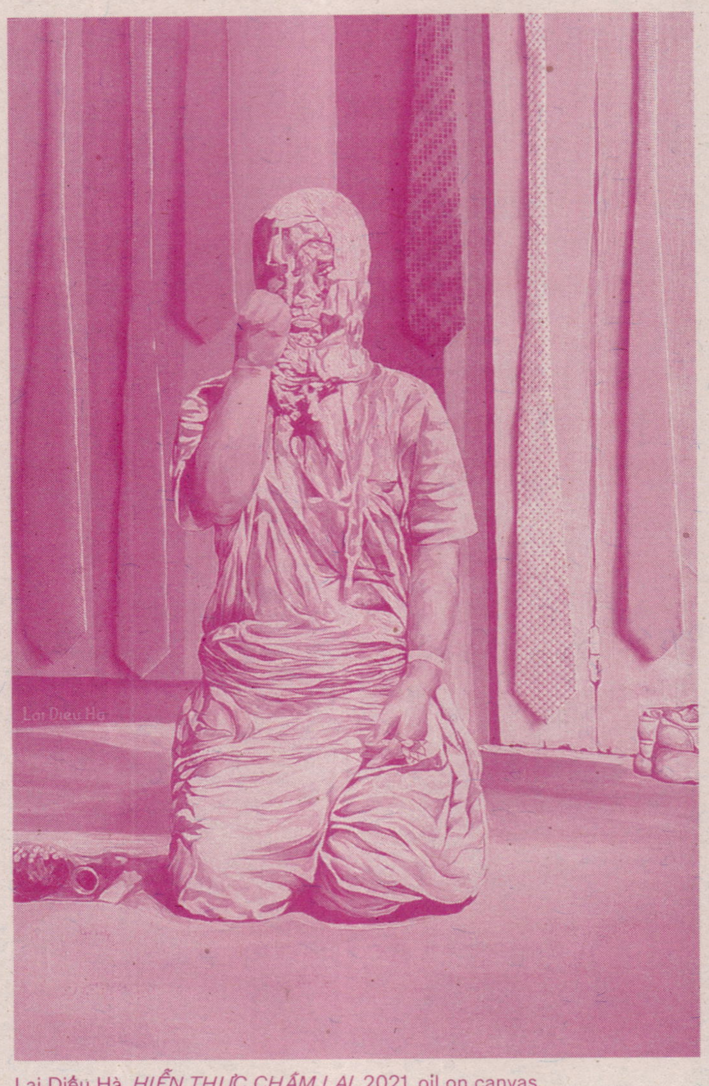
Lại Diệu Hà, *HIỆN THỰC CHẬM LẠI*, 2021, oil on canvas. Image courtesy of the artist.

Lại Diệu Hà – The body remembers
As one of the few female performance artists of her generation, Lại Diệu Hà, born in 1976, is known for her works that raise questions about gender and the role of women that is still shaped by patriarchy and Confucian concepts of virtue that overshadow how women are perceived in Vietnamese society. Often exposing her own body in her performance, she plays with aspects of taboos, shame and discrimination associated with the female body, thereby also reflecting on her own experience. Nudity became essential for the artist to radicalize the female body, to break the Confucian framework of virtue and the Western dogma of beauty. It took her ten years to truly remove herself from the prescription of a female body in Vietnamese society. She, too, experienced the pressure of fulfilling beauty ideals of white smooth skin, black ebony hair and a curvaceous body perceived as ideal and feminine. The gaze of men had turned her to an object of desire— "Geisha like," as she recalled —so much so that it was important for her to get rid of these features [*rũ bỏ*], to throw away this "gift" which for her was also poison. Seeing the body as a tool [*cơ thể là dụng cụ*], Hà instrumentalized her own body

parts, translating them into equipments [*đạo cụ trình diễn*], which also meant to step out of her comfort zone of being adored and admired by male counterparts. Hà developed a series of 'cut off performances' [*cắt xéo*] in which she was naked on stage, and used knives and scissors to hurt her own body in front of the audience. According to Hà, a woman being naked on stage was something that shocked people. The performance caused her to be perceived as hysterical and mad [*con dở hơi*]. Paradoxically, the moment when she was on stage with this performance was also the moment when Hà "did not feel any pain." To her, it was some sort of resistance against Confucianist notions of a woman within worship engaging in feminine chastity as part of domestic virtue—in other words, of being the gentle sex responding to male obsession. The intervention by and on her own body was a visual act to destroy this long-lasting understanding of women's existence as being reserved for men. She was aware of the risk of turning her body and herself as and into an object under the male gaze, and after the performance series *cut off*, Hà took a break from the arts for a couple of years. According to her, she wanted to open doors, challenging the audience's understanding of what performance was, but also be able to claim her own body.

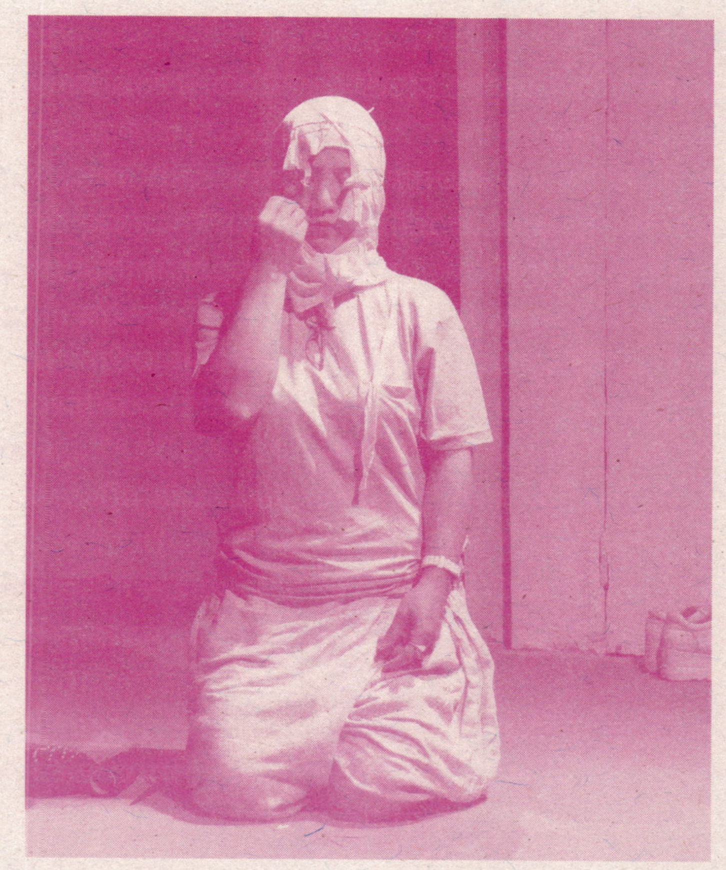

Image courtesy of Lại Diệu Hà.

Hà is one of a few female performance artists who continuously works with her own definition of what performance is in the context of Vietnam—a medium that was first introduced in the late 1990s by artists such as Trương Tân and Nguyễn Minh Thành, and then by Trần Lương in the early 2000s, remaining primarily dominated by male artists. In the context of Vietnam, a country that has been shaped by communist propaganda arts for decades, Hà strongly believes that in the northern part of the country, performance embodies propagandistic characters. Since the American war in Vietnam, propaganda culture has been constantly and rigidly produced by the Party's cadre. In literature, music, and dance, **certain propaganda images penetrated the body**, and were reproduced through gesture. Hà retrospectively spoke about how she would often use her hand to gesticulate, raising her right hand in the air [*vung lên*]. Later on, she realized that this particular gesture is an image that is familiar to the people in Vietnam, and has been used frequently in propaganda posters. As the daughter of propaganda poster artist Lại Văn Thành, Hà grew up with these images. They were everywhere in their family house, as her father used to create the posters at home. Hà recalled watching him draw as she sometimes helped him color the motifs, and assisted him and his colleagues in distributing the posters in their district. As her father's only child to become an artist, Hà strongly believes that her choice for the arts was deeply influenced by him. At the same time—and this is the most complex and interesting part of their relationship—she neglected him, and he abandoned his artistic career before passing away in 2010. It was her father's death that prompted Hà to deeply engage with his work for the first time, resulting in *Đọc về một tiểu sử* (2022) [Reading A Person's Life], a performance that engaged their complex and contradictory relationship.

In *Đọc về một tiểu sử*, Hà stood on stage and read out loud to the audience a text that she wrote about her father. She also invited the audience to read with her lines she had composed based on fragments of his diary. Reading with her, the voices of the audience overlapped with hers, creating a dissonance in rhythm and sound, constantly disrupted and intervened by words stuck in their throats. During the reading, the audience learned about Lại Văn Thành, a man who dedicated his entire life to propaganda arts—an occupation and a commitment to a genre that is largely understood as problematic amongst contemporary artists today. In the text, Hà weaved her own posthumous thoughts about her father with his self-reflection about how he started his career, the challenges he faced, and the shame he developed over the years for   not being   acknowledged

as   a true   artist
                    by his
          contemporaries. There were moments of humiliation that he went through by working for a communist apparatus that definitely wasn't constructed on the common narrative of equality, solidarity, and brotherhood. Reading these lines, the audience became part of the performance, and they became complicit in his life path, moving with him through its obstacles and moments of shame.

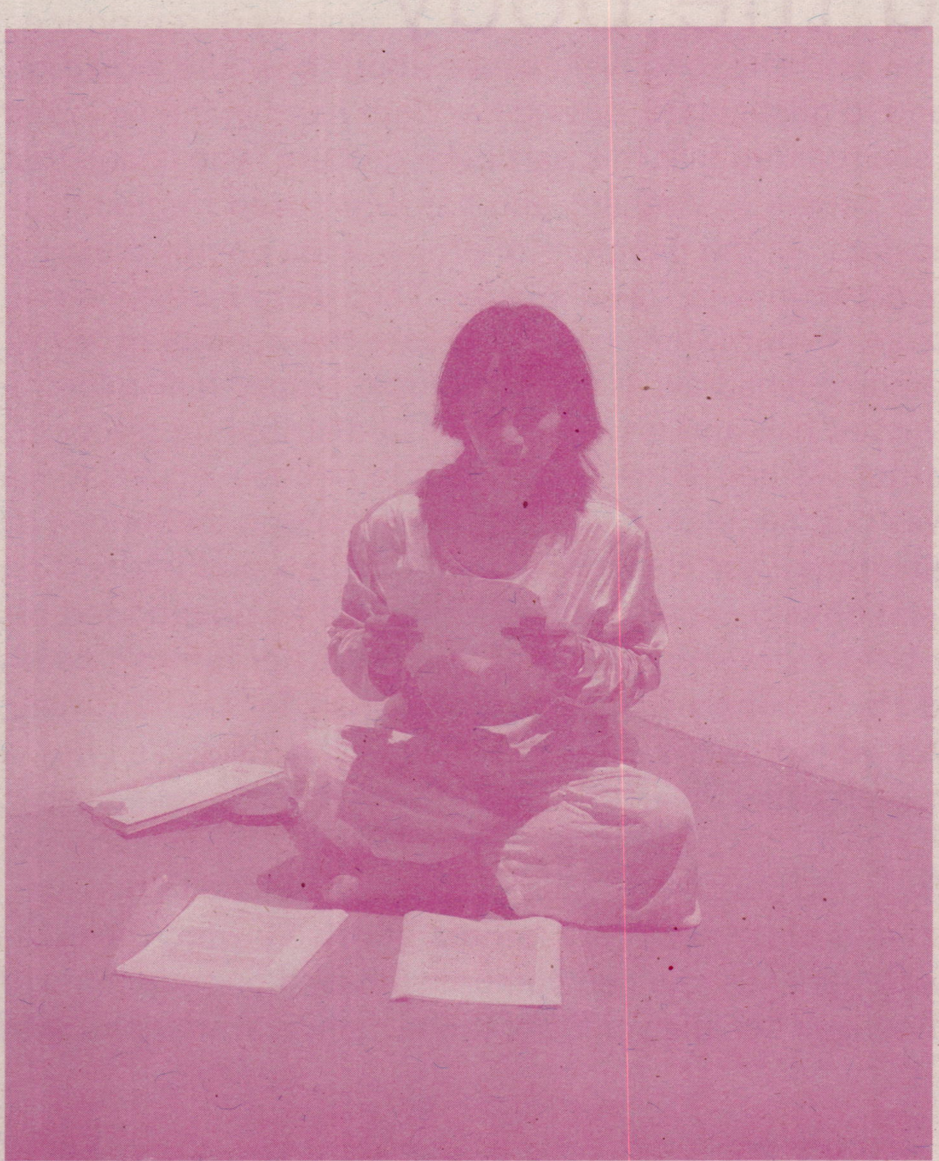

Lại Diệu Hà, *ĐỌC VỀ MỘT TIỂU SỬ*, 2022, performed as part of "Sáng Trưa Chiều Tối" ["Morning – Noon – Afternoon – Evening"] at Á Space, March 26, 2022. Image courtesy of the artist.

"I cry for horizons without people flying,
Then I cry for those who fly without horizons"
—Trần Dần, *Những Chân Trời Có Người Bay*
[Skylines with Flying People]

Nhà Sàn Collective began operating as an independent artist collective in Hanoi in 2013, when a group of friends set up an abandoned medicine factory, called Zone 9, as a base for numerous exhibitions, open studios, and two festivals over several months. Nha San Collective was forced to relocate at various points to Lý Quốc Sư and Hanoi Creative City, becoming a kind of nomadic structure. The collective is comprised of Nguyễn Quốc Thành, Tuấn Mámì, Vũ Đức Toàn, Trương Quế Chi, and Nguyễn Phương Linh, all of whom curate projects under the framework of Nhà Sàn Collective. Nhà Sàn Collective has collaborated with companions and collaborators to organize exhibitions, workshops, film screenings, talks, and other activities, serving as a supportive platform for artists in the community. An initiative for exchanges, expansions, and connections, Nhà Sàn Collective has been a place—at times without a space—that has enabled works-in-progress and nurtured the unexpected. With or without a physical base, we approach artmaking with a just-do-it attitude that doesn't always yield answers and remains unconcerned with simple outcomes.

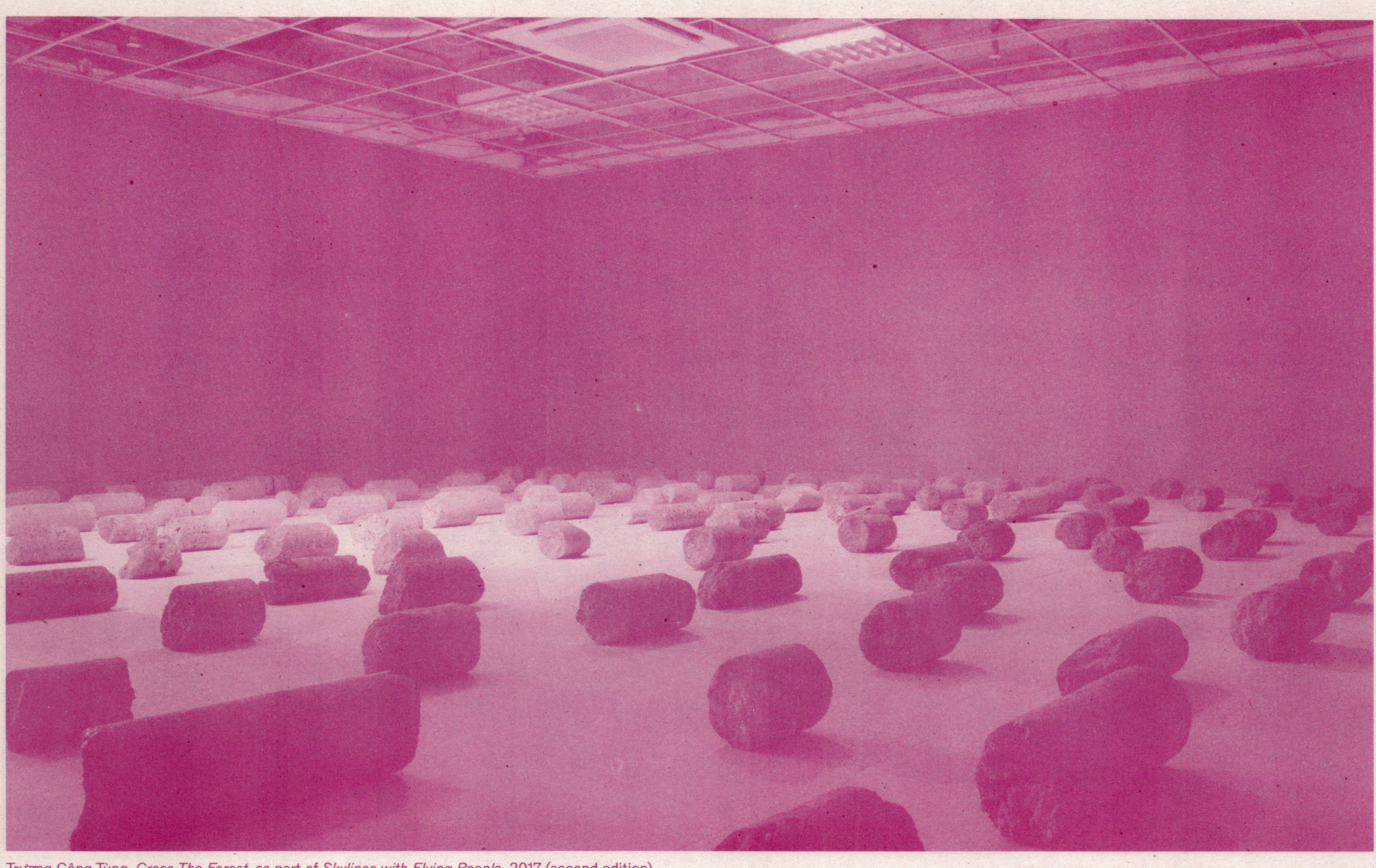

Trương Công Tùng, *Cross The Forest*, as part of *Skylines with Flying People*, 2017 (second edition)

The name Nhà Sàn signifies the collective's foundation, which is rooted in the spirit of Nhà Sàn Studio, an artist-run space co-founded in 1998 in Hanoi by my father, Nguyễn Mạnh Đức, and the artist Trần Lương. Their space was based in my father's home. *Nhà sàn* refers to a traditional stilt house of the Mường ethnic minority. My father transported a *nhà sàn* back to outer Hanoi from a family in the highland province of Hòa Bình in 1990. Nhà Sàn Studio was a vital incubator for an entire generation of experimental and performance artists. It was the first and the longest-running non-profit experimental art space in Vietnam. The studio nurtured several generations of the most imaginative and daring contemporary artists in the country. In a *New York Times* article in 2007, Jennifer Conlin noted that many have reverently called Mr. Nguyễn Mạnh Đức the "father of experimental art" in Vietnam for all the artists he supported.[1]

The house had thatched walls and a palm leaf roof. The living room door opened in two directions and was never closed. In the center, there was a tea table for welcoming guests. The space was filled with Buddhist antiques, Catholic symbols, mother goddess features, and other traditional goods. Occasionally, there were traditional stage performances like *Ca Trù* or *Hát Chèo*. Here, everyone was welcome, whether they were a Japanese princess, a famous Hollywood actor, an old writer, a carpenter, a percussionist for traditional stage performances, a Catholic church caretaker, an ambitious curator, an established artist, or an art student. Regardless of status or reputation, my parents sat together around the tea table with any visitor in the same manner.

Below the stilt house, there was a space for experimental art—video, installations, sound, performance, etc. At the time, this could be considered strange or alienating in a country that was only familiar with

1. Conlin, Jennifer. "The Awakening of Hanoi." *The New York Times*, 18 February 2007, https://www.nytimes.com/2007/02/18/travel/18hanoi.html.

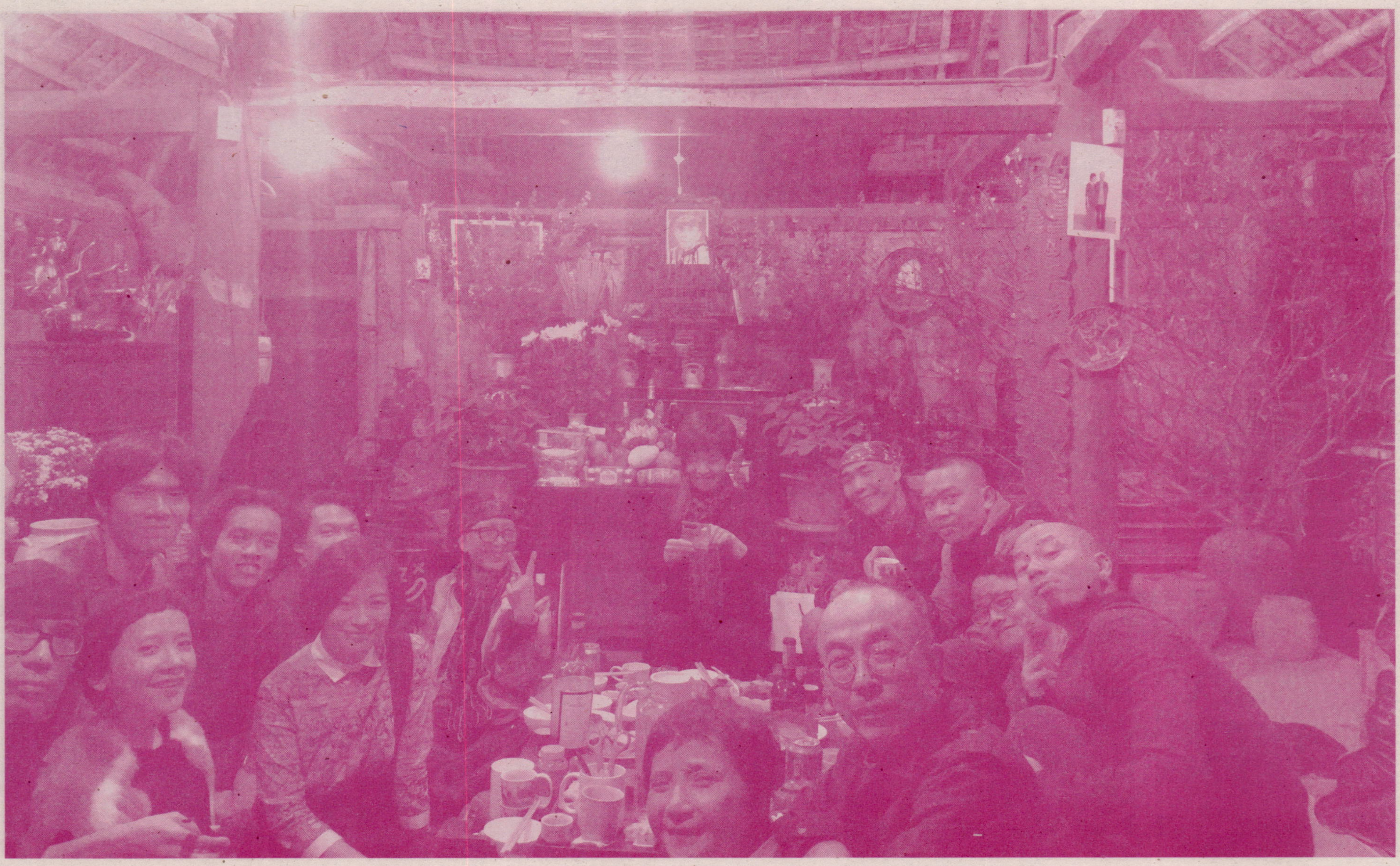

A lunar new year eve at Nhà Sàn. Photo courtesy of the author.

academic painting or sculpture forged in the aesthetics of Social Realism. There, under the house, our ideas were wild; we could imagine tearing down the roof, punching holes in the floor, or even opening up the entire upper floor—fire and water, anything you wanted. At the studio, there would always be food to feed the hungry. It was a unique house that nurtured me into who I am today. It was there that I was introduced to and influenced by the first generation of contemporary artists in Vietnam like Trương Tân, Minh Thành, Nguyễn Mạnh Hùng, as well as artists from outside the country like Danh Võ, Simon Starling, etc. They gave me inspiration in creativity and the spirit of freedom. I also met my peers who later became part of the Nhà Sàn Collective.

In 2010, Nhà Sàn Studio was closed by the authorities for organizing *IN:ACT International Performance Art Festival*. It was one of the first gatherings of its kind with international artists from Japan, Malaysia, Myanmar, Thailand, the Netherlands, the U.S., and Vietnam. The now notorious piece, *Flying Up,* by Vietnamese female artist Lại Diệu Hà, led to major controversy over nudity and social norms as well as to the unofficial closure of Nhà Sàn Studio. In Vietnamese art history, this performance in 2010 marked the first time a female artist showed her naked body in public.

Despite state censorship, my friends and I, all young artists from Nhà Sàn, wanted to preserve the spirit of friendship and creative freedom of this local artist-run space. We kept organizing, putting together many guerrilla mobile programs in different venues, from a tea stall in a skate park to performances on a mountain. We also collaborated with other international institutions in Hanoi, like the Goethe Institute. In 2012, I curated the program *Những Chân Trời Có Người Bay [Skylines with Flying People]* at the Japan Foundation. inspired by the

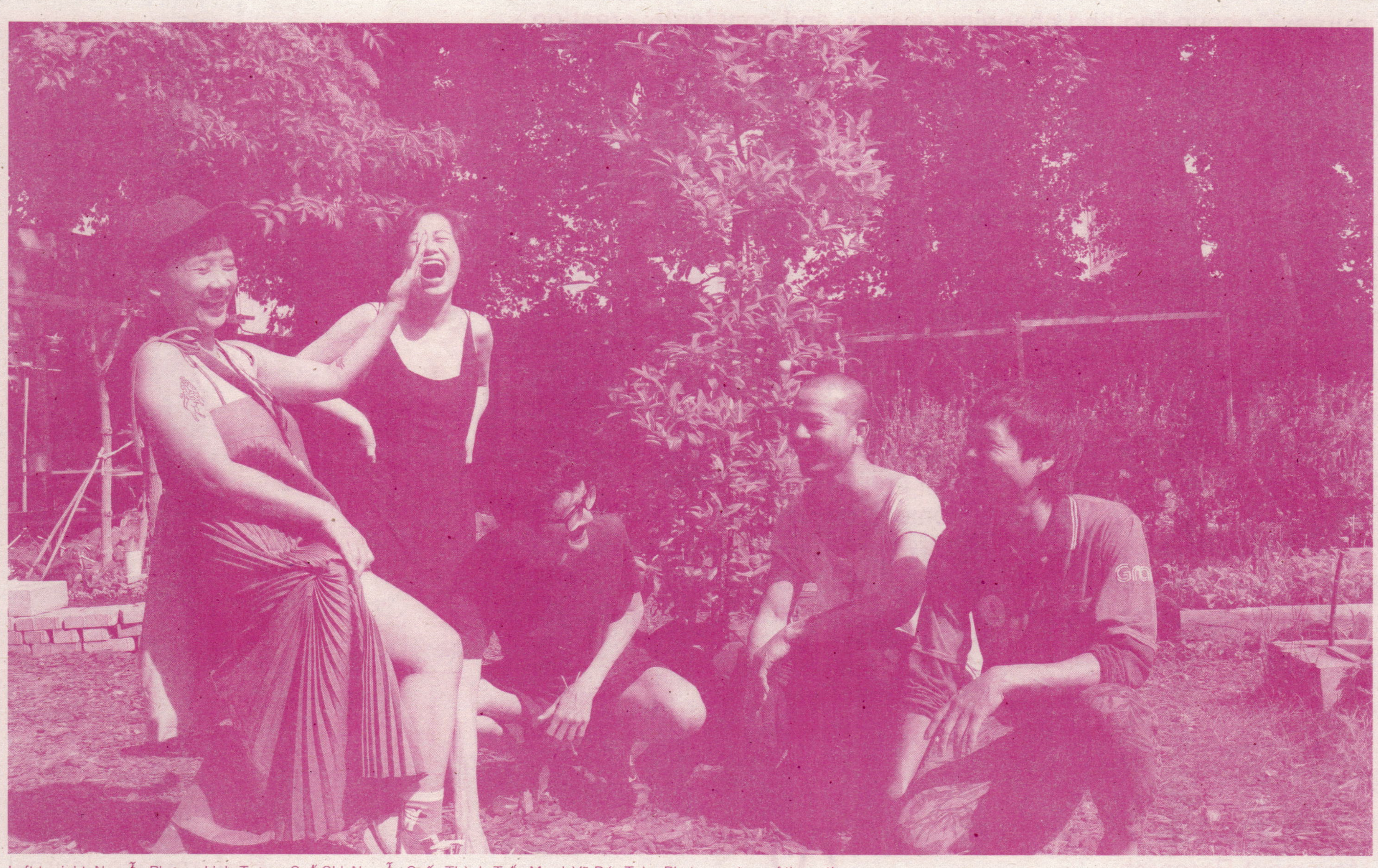

Left to right: Nguyễn Phương Linh, Trương Quế Chi, Nguyễn Quốc Thành, Tuấn Mami, Vũ Đức Toàn. Photo courtesy of the author

poem by the innovative poet Trần Dần, one of the important figures
of the Nhân Văn Giai Phẩm movement in Vietnam, 1988, right after
Đổi Mới [Renovation], a time when even horizons offered no space
for soaring or freedom.

"I cry for horizons without people flying,
Then I cry for those who fly without horizons"

We occupied the Japan Foundation for almost three months. We
collaborated with a Japanese architect, Tsuneo Noda, who often
renovates abandoned houses into community spaces for exhibitions
and events. After researching the architectural design, materials, and
history of Nhà Sàn Studio, Tsuneo transformed the Japan Foundation
by covering its offices with wooden pallets. The wood reminded us
of how warm and comfortable the floor was beneath our feet in our
former studio, and of the kitchen that was always bustling with activity.

Tsuneo also designed five studios in collaboration with artists:

A media lab for Nguyễn Trinh Thi and Jamie Maxtone Graham.
MAC (Mami Art Center), which hosted talks by guest artists and
curators, and showcased sketches censored by the censorship
department.
A family kitchen by Ngọc Nâu where the artist cooked and hosted
intimate conversations between the creators.
A mini theater by Appendix Collective.
A mobile gallery on a veteran three-wheeled car that traveled through
the city carrying videos, performances, posters, flyers.
A gymnastics field by Kumpei Miyata where everyone could practice
jumping high.

In addition, there were two exhibition spaces, a library, and an outdoor
screening space.

After *Skylines With Flying People,* we decided to form ourselves as the
Nhà Sàn Collective. Since then, we have been together through many
journeys, occupying and changing spaces, and constantly creating
programs to address the shifting discourse and to meet the needs of
our artistic communities. *Skylines with Flying People* has become one of
our priority projects, running every four to six years with a new director
and directions that reflect the local context. We also run the annual
Quèer Forever! festival, the Emerging Artist Program, and the *IN:ACT*
performance art event, as well as host exhibitions for guest artists.

In 2020, my father removed the stilt house. He built a modern house
along the Red River. A part of the frame of Nhà Sàn was constructed
as an altar house on the terrace. Since then, Nhà Sàn Collective has
been less active in hosting exhibitions and workshops, as there are new
art spaces and galleries that provide better conditions for the artists
in Vietnam. Most of the members of the collective have families and
children. We focus more on our own practices rather than curating.
The new home of Nhà Sàn has become a playground for children and
adults. It still remains a meeting place where friendship is nurtured and
ideas are exchanged. My father still supports the artists by all means,
especially in the traditional fields, and food is still always available for
the hungry.

Loạt tranh xuất phát từ mối quan tâm của nghệ sĩ đến người lao động di dân và người lao động sống trên đường phố. Tham khảo từ các hình ảnh thực tế, hình ảnh về các biến cố lịch sử cũng như một phần văn hoá đại chúng, bộ tranh gửi những giấc mơ cũng như hình ảnh của con người và phương tiện của họ (một phần là phương tiện mưu sinh, một phần phương tiện của việc tìm cầu sự sống) lên mây như một lời nhắc nhớ về thân phận của họ và nhắc nhớ về sự quên lãng của câu chuyện mà họ đeo mang,... bộ tranh vẫn còn tiếp với các hình ảnh và câu chuyện được đẽo gọt theo thực hành từng ngày của nghệ sĩ.

This series of paintings originates from the artist's concern for migrant workers and homeless people. Referencing real-life images, historical events, and popular culture, the works send the dreams of these individuals, their bodies, and the vehicles they use (at once tools for survival and instruments in their search for life) toward the clouds as a reminder of their plight and of how easily their stories are forgotten. The series continues to grow, shaped by images and narratives carved out through the artist's daily practice.

Issue 62
Autumn 2025/Winter 2026

71

Số 62
Thu 2025/Đông 2026

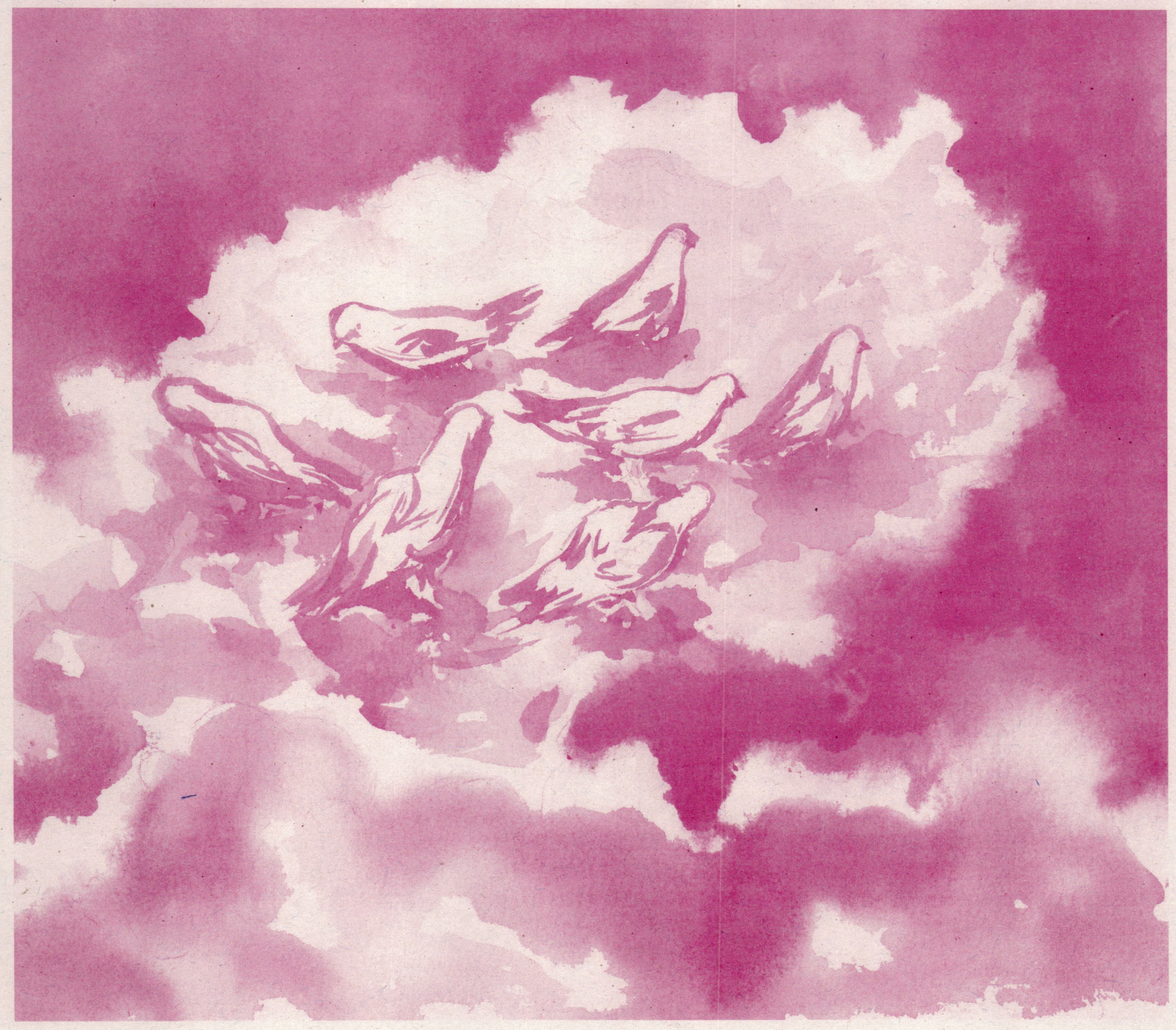

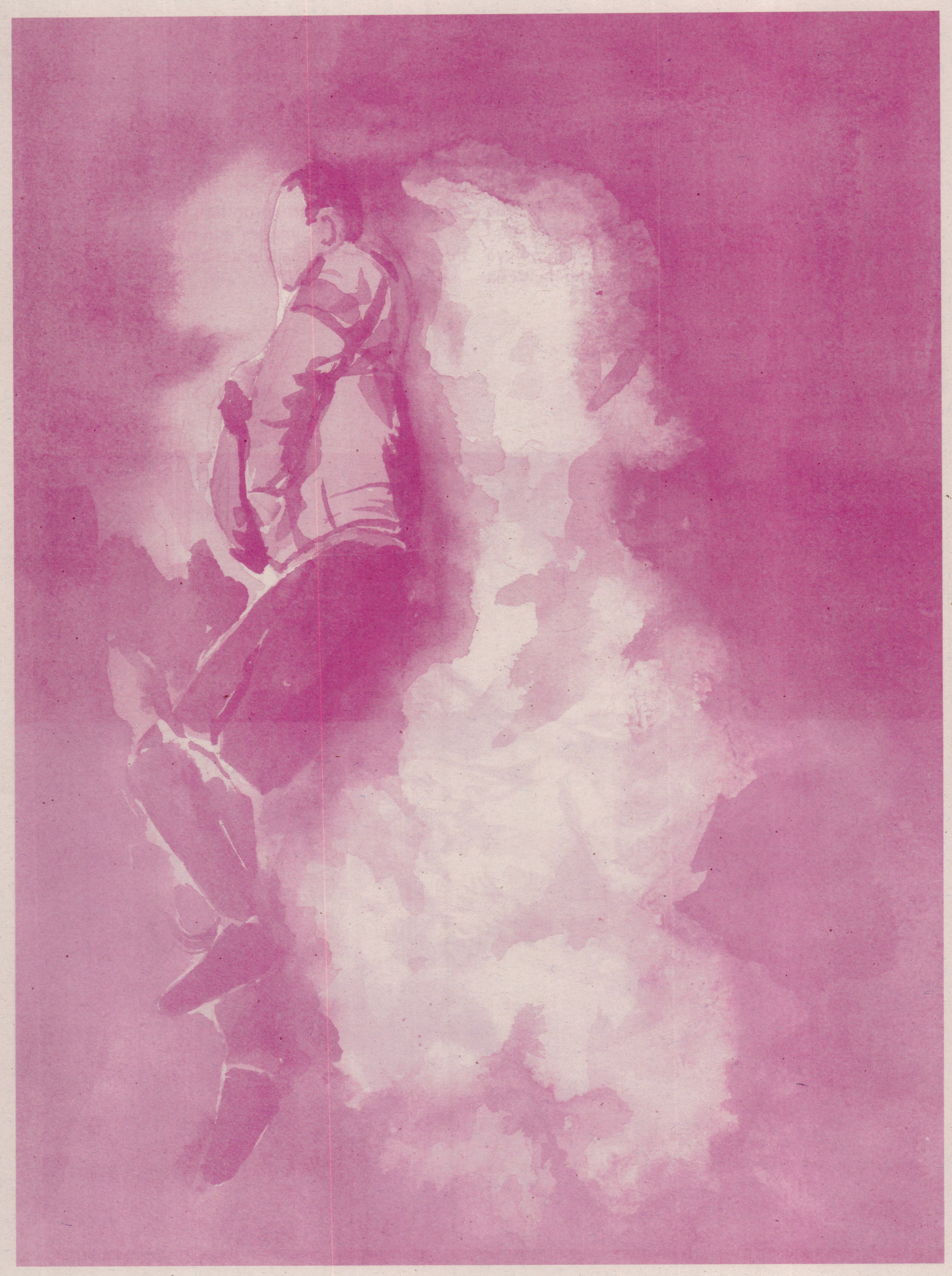

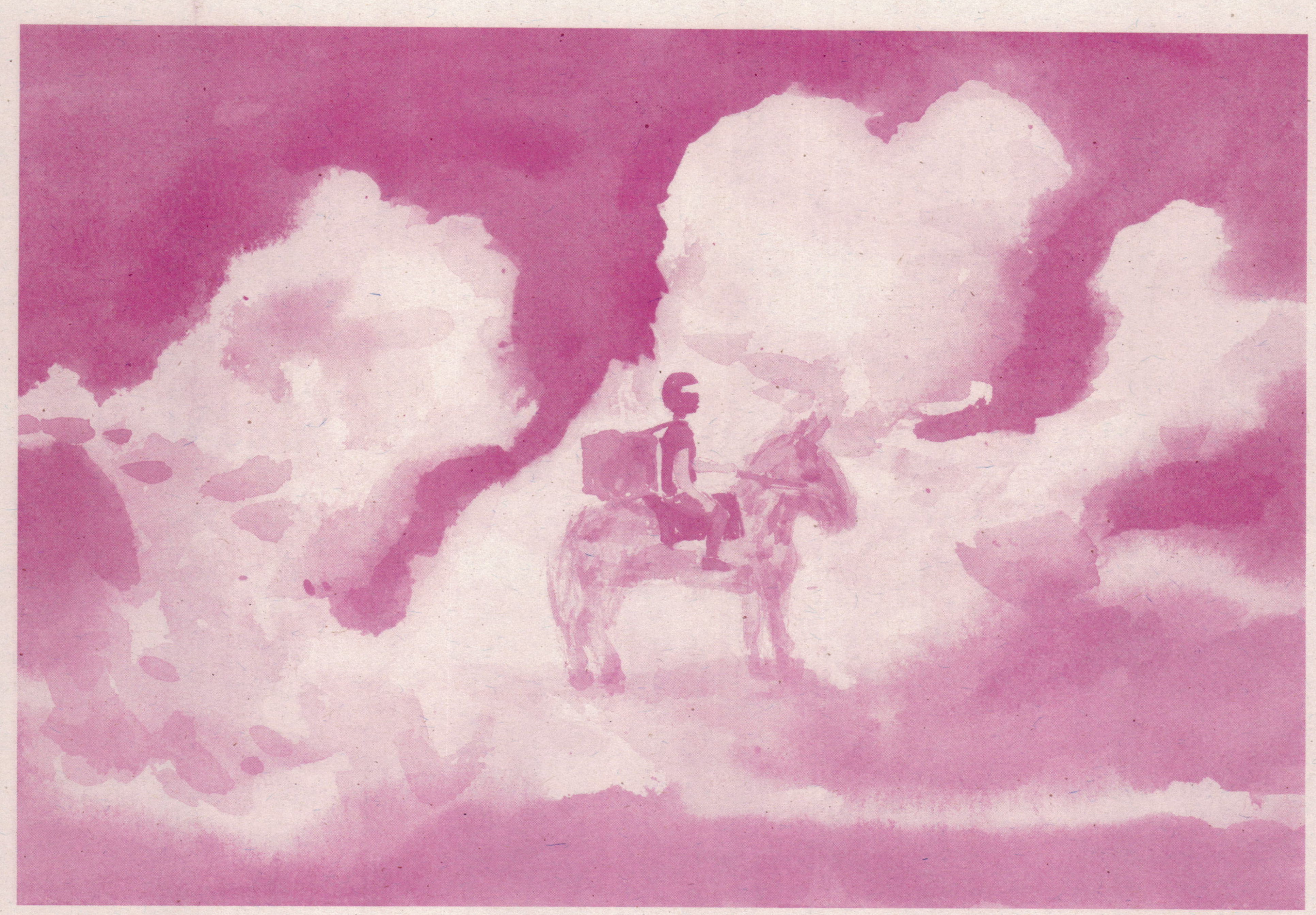

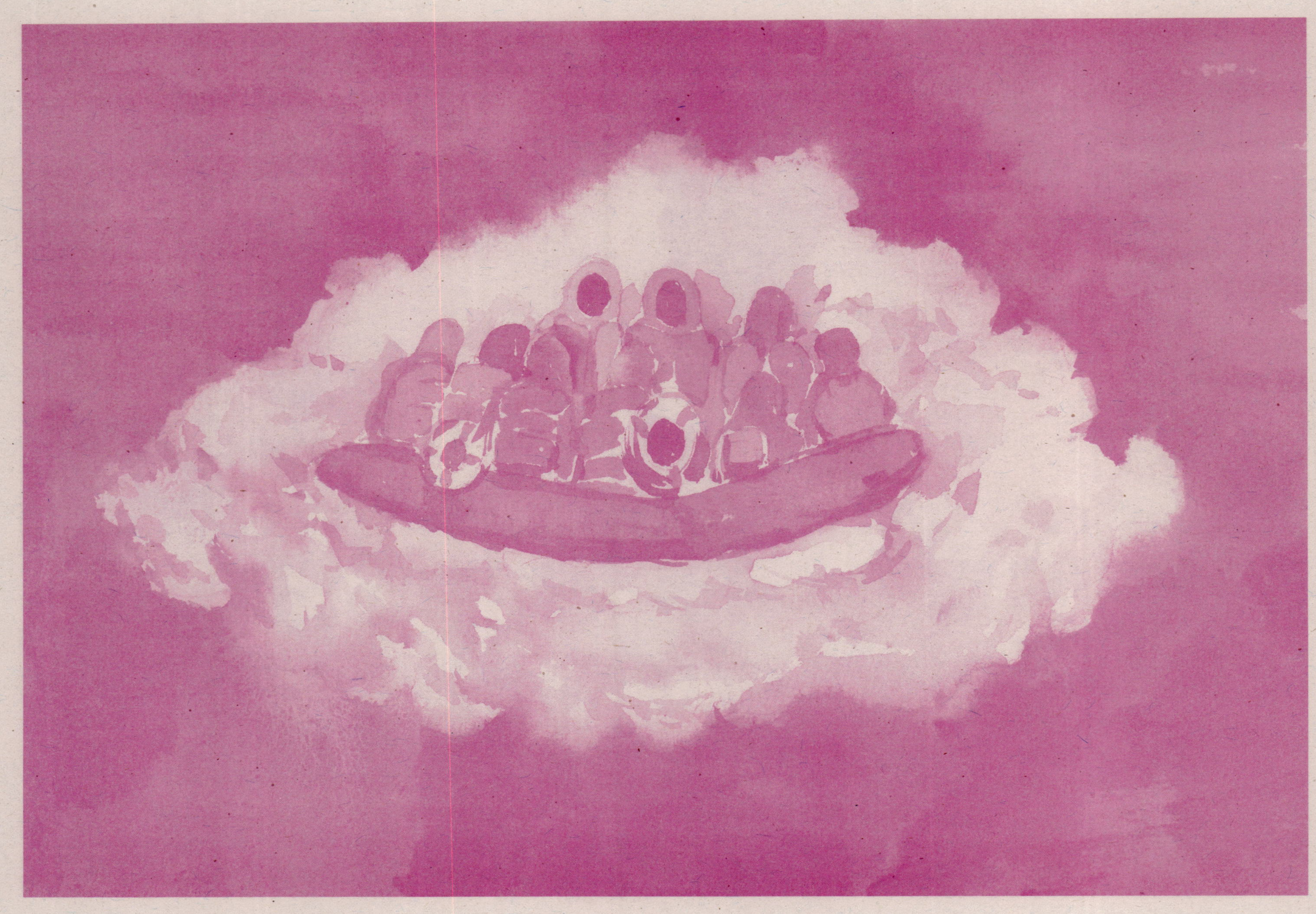

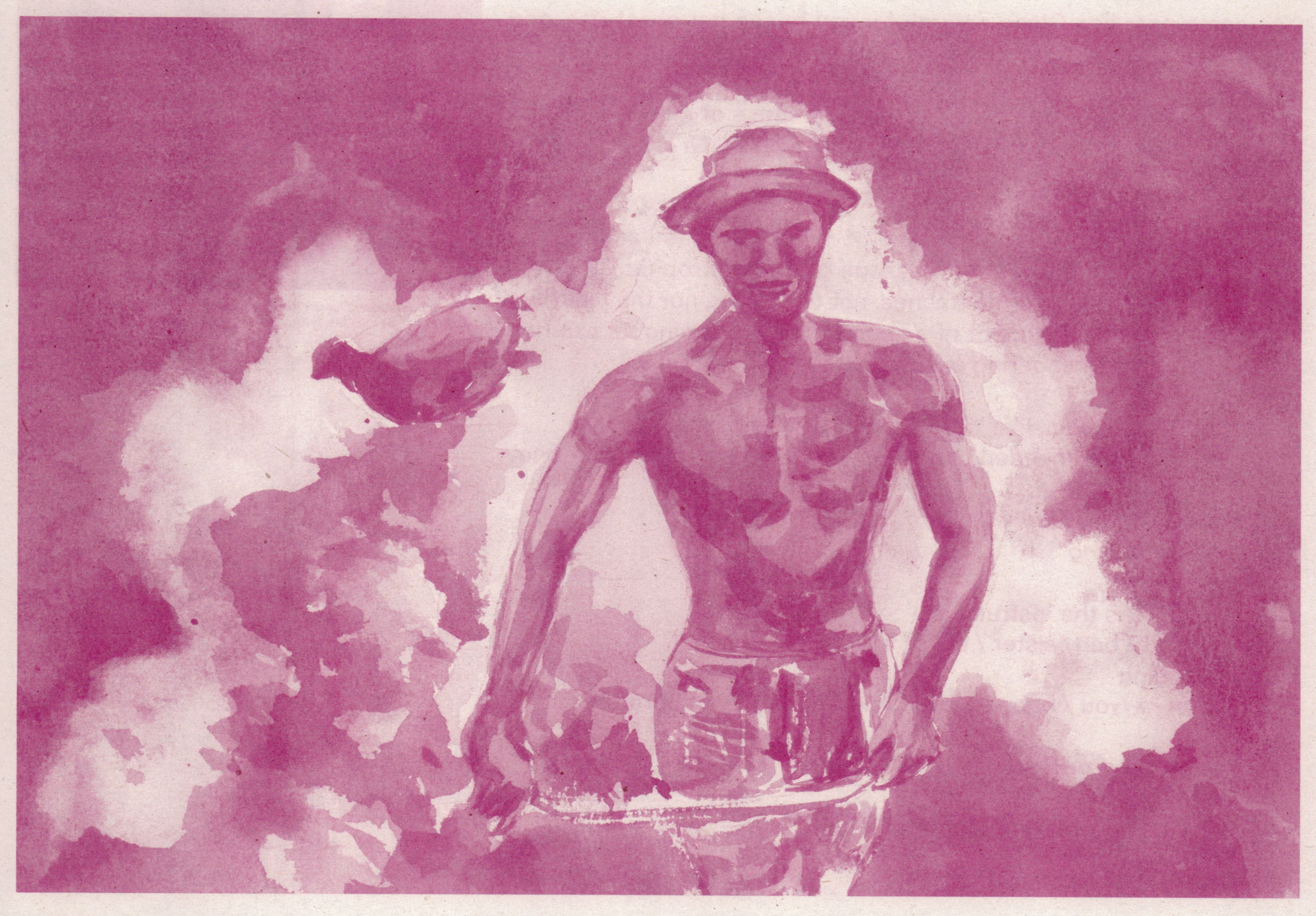

whose capacity to bear the next generation murmurs to the Mother in them.

as if to keep the body from collapsing.

The vertebrae protrude along her lumbar. She tucks her leg under, twisting it at the ankle around the other leg, letting the big toe of one foot grab on the sole of the other foot. The arm under her body wraps around her neck, resting the hand on her shoulder. The bones of this hand are visible. The skin, so thin it's almost translucent, holds her lump of bones together into the shape of a skeleton.

You come near her. Close enough for you to see her chest rise, and fall, then rise again, and fall again. You stay there. It doesn't have to be closer. It should not be closer. What you need to see, you have already seen. Closer might be too close. A sense of a bodily gesture might be evoked. A hug maybe. Or a kneeling down. Or a touch of your hand on her hand.

Or, you might hear a sound. A kind of noise that has escaped the blockage of an air passage. A passage that has atrophied. Not the bronchi of the lungs, not the trachea, not the larynx, nor the mouth or the nose. It's not a fragment of a snore. It's life crossing its expiring date. The sound of lingering expiration.

They call the baby em, like 'little brother' or 'little sister'.
Anything that small needed only to be identified as 'the smaller one'.

sounds of an infant laughing
sound of low boiling

Đàn đây /here is the instrument
Em ở đó /you / baby sister / child/ are there
Đứng /standing
Em đã sinh ra /you / baby sister / child / have (been) born(e)

heartbeats and growling

LÀM MẸ / being / making / mother

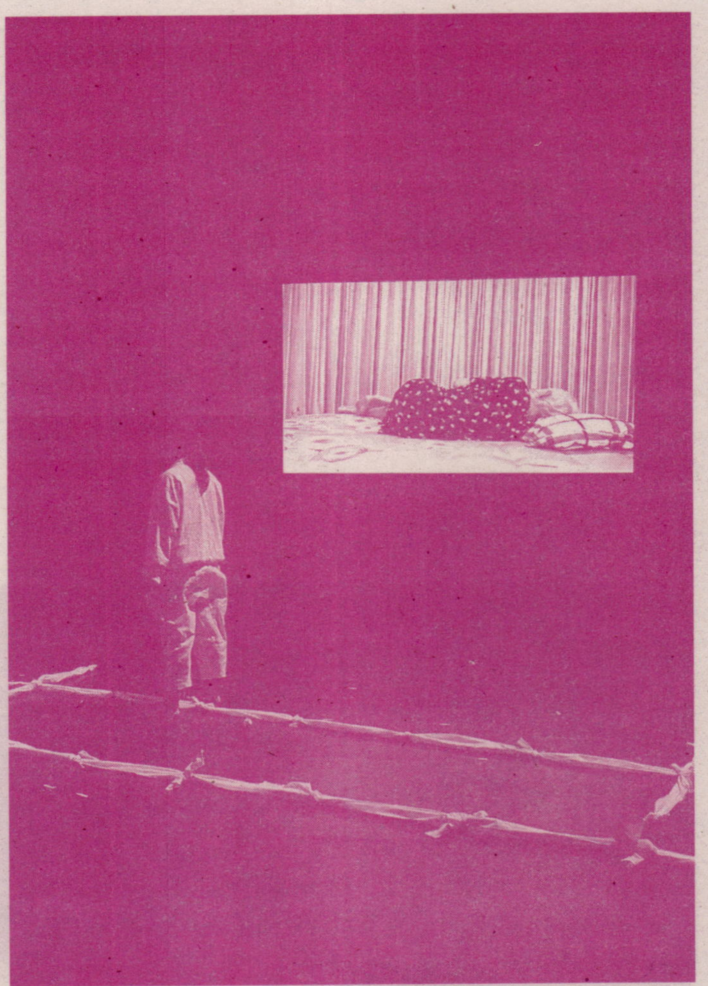

Rehearsal of *Mother Doesn't Know Mnemosyne*, Forecast Festival (March, 2025). Photo by Lina Oanh Nguyen.

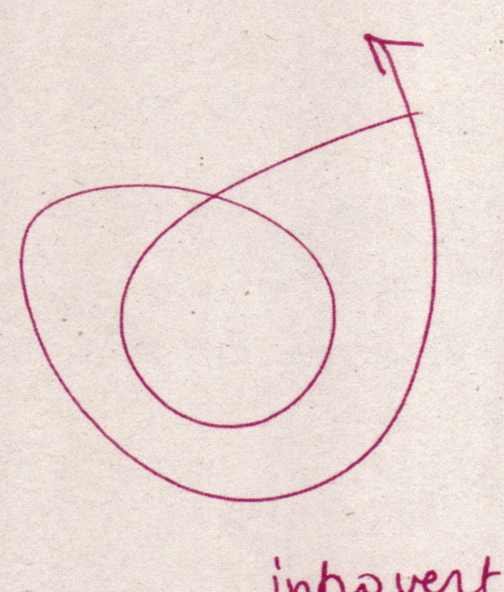

introvert song
loops

introvert nail
grows out

introvert likelihood
scintillates

introvert
disappointment

introvert hope
tingles

introvert sticker
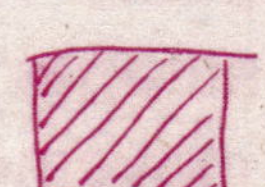
sticks

Thảo Hồ: This is a snippet of a conversation that I had with curator Hải Nam Nguyễn and artist Việt Lê at the Schwules Museum in Berlin. We talk about spirituality and artistic practices, shamanism and queerness, or the concept of queerness.

It is March 19, 2025 in the afternoon and we are in room number four, the workshop room. We just had a tour through the exhibition. Can you introduce yourselves?

Việt Lê: I'm Việt Lê, artist, researcher, shaman. And it's fitting that we're in room number four because in Asia, four signals death, and the show at the Schwules gestures at that. There are some works about death and transition, woven with spirituality and sexuality.

Hải Nam Nguyễn: I'm Nam and I'm a co-curator of the *Young Bird from Strange Mountains* exhibition, which is currently on at the Schwules Museum until August 2025. The exhibition is curated by Thảo Hồ, Sarnt Utamachote, Ferdiansyah Thajib, Ragil Huda, and myself.

In this exhibition, we ask ourselves: What does it mean to be queer and Southeast Asian? And what does it mean for us as queer people, as queer Southeast Asians living in diaspora in Europe, and, more specifically, in Germany? With that, we started to dig into the ancestral and pre-colonial knowledges about spiritual practices. These practices, as well as the knowledge around them, were often erased during colonial times. In this exhibition, we dig into a lot of this knowledge that not many of us have known, or which was reinterpreted or misunderstood within the contemporary context.

There's a huge archive as part of the exhibition that gets all the knowledge of communities together from all over the diaspora here in Germany, as well as from Vietnam, Indonesia, and Thailand. There's a collection of Indonesian and Thai queer and erotic magazines. There's also the archive of A Queer Museum (AQM) project by Nhung Đinh, an artist in Vietnam, and the queer Indonesian archive, now located between Indonesia and Australia.

VL: You both have argued with academics and researchers that we are complicit. There's often this misunderstanding that LGBTQI+ queer movements are seen as a Western neoliberal movement, right? That this movement has been exported from 'the West' to 'the Rest'. That one is expected to come out of the closet and subscribe to the highly legible discourse of representation and the politics of visibility. But in the show, you argue that this kind of knowledge, or queer being, has always existed within 'traditional' cultures, within performance or ritual performance. You two are both working with the archives and with living artists, that's a queer kind of ritual of care and kin. Can you talk more to that?

HNN: From a personal perspective, firstly, I cannot really find myself in these kinds of debates or the topic of our queerness here in Germany.

For example, with this whole debate about pronouns, which I of course totally respect and think is necessary, but. Is always about categorizing and putting people in a box. I started to ask myself: What is really important in Vietnam? What are the real issues that we need to face? Was it about labeling ourselves or is it about just having as normal a life as anybody else? And was it ever about being loud and colorful?

Loud and proud— was it ever really about that?

Or is it something that just happened a few years back when the whole queer movement from the West came to Vietnam?

Of course, it is also necessary for it to happen; it needs to happen. But the question is, can we apply everything that's happening here to a very different social context? And when we bring this debate to our country, how can we run it? How can we discuss it? Because it's obvious that we don't have the same understanding or the same cultural background as Germany or the U.S., so how things run is totally different. Especially when we are in a country that's faced with censorship, or like in Indonesia that's faced with restriction from religion, you cannot bring these kinds of issues and just be loud and proud. There are also safety issues for the people who do this there. So, my question is more about how we can do that in a totally different context and social background without harming and exposing communities there.

TH: I asked Nhung Đinh, the person who is running AQM in Hanoi: what do all the lesbians do in Hà Nội? (laughs) Like, is there any party or where do I meet them? And she said, **they just talk with their cats.** I was like, actually, that's also my vibe. And then I told her here in Berlin, there are also not that many lesbian or queer bars, but there are some where you can meet people. However, in Vietnam, or in Hanoi more specifically, she said it's way more private. I found what you said about expectations of being loud and proud really interesting because it is also a typical image that the Global North associates with activism. Activists are expected to be really loud on the streets, which is also quite ableist. So, I went into the curation with this question: How do we find peace within ourselves? Not only through community, but also, where do we see ourselves, beyond these Western concepts and identities?

VL: I like this question of inner peace and outer public activism. (By the way, in Saigon, there's a lesbian snail snack street shop).

The inner peace / outer activism dyad is an arbitrary one. Oftentimes, we think in terms of binaries, like sexuality and spirituality; inner peace is separate from outer activism.. What blew my mind about the show is the lack of identitarian positioning. Having done a lot of my research and education in the West, there's very much this Cartesian duality: the mind / body split, right? Whether you do activism outwardly or sometimes in different Southeast Asian countries, they use this Western framework, such as with pride parades. I'll use Singapore as an example. As a nerd, I'll name-drop my friend, Eng-Beng Lim. He has this book called *Brown Boys and Rice Queens: Spellbinding Performance in the Asias*. He argues that some countries like Singapore, the policies of which are otherwise draconian, use these pride parades and the pink dollar to basically serve as a facade. We're neoliberal, we're progressive, we have queer rights, which ends up masking other state policies.

Again, what blew my mind about the show was that this idea of queerness, and these practices already existed, without wanting to be essentializing, long before this neocolonial discourse has been implanted upon the rest of the world and framed it as 'behind' or backwards.

HNN: A huge part of the show is about looking back at these spiritual practices and religious stories from pre-colonial times. I also had to thank you for inspiring me a lot to look at this whole Mother Goddess religion and its history. I do know that all these practices are often led by queer people. And these people used to have a very important role in society back then.

At some point, everything turned backwards in a way that this practice was seen as superstitious and was forbidden until the 1980s. Of course, if it weren't in the process of being recognized by UNESCO as a heritage, the Mother Goddess religion wouldn't be seen today as a recognized culture in Vietnam... And now we're seeing how these religions and spiritual practices are being used in contemporary contexts. And it's also a part of the exhibition, which is how they're being capitalized and monetized by the state. If you go to Vietnam, you will see a thousand churches and temples being built for the sake of spiritual tourism. Even the Mother Goddess religion, which was once banned until the 1980s, is now seeing a revival. Suddenly, there were TV shows and films about it. They produced a whole drama series about the Mother Goddess religion.

VL: There's a Vietnamese television series about a shaman, called *Land of Spirits: The Young Shaman*. Youngbloods and mudbloods, in Harry Potter parlance. This franchise also had two or three movies, mainly about shamanism, titled *The Blind Shaman* and sequels. They're dramedies about a family of exorcists, not necessarily from the Mother Goddess religion, but with very similar rituals. The lead actor Huỳnh Lập is openly gay. He's not gay per se in the series, but he's out and about in real life.

HNN: Speaking of that, we refer to queer people in Vietnamese as *đồng bóng*. In my town when I was growing up, it was always used as an insult toward gay people. And now, kind of like going back home,

call ourselves bóng, which can mean many things, like shadow or shine or balloon.

We kind of regained the power of these words. Also, the original meaning of this word is "they don't go down," it means a shaman.

TH: Việt, you mentioned in your introduction that you're also a shaman. Would you like to talk a little bit about that and how it connects to your artwork?

VL: I guess I 'came out' as a shaman for a solo performance at Headlands Center for the Arts, entitled *Việt Namaste*. As my friend jokes, she can't tell

whether I put the sham in shaman, or shameless in shaman.

I put the monk-ey mind in monk. A lot of my work has to do with music, and in hindsight, channeling. The work I have in the show is framed around golden music, *nhạc vàng*. My current practice also encompasses music. By the way, I feel Mother Goddess has now hit mainstream in Vietnam. There's this A-list pop singer, Hoàng Thùy Linh, who has a song called "Tứ Phủ," which you can see on YouTube. The video has about 14 million views. In the video, basically, she's enacting these rituals with a hip-hop breakdown interlude. And in the art world, shamanism, or spirituality, at least, is also trending. Before there was much more of a divide. There are a lot of shaman TV shows on US streaming platforms, or Korean shows about *mudang*.

But in my own practice, as I said, I came out as a shaman. It started off first as research. I was a research assistant for Janet Hoskins, who was researching Cao Dai about fifteen, twenty years ago. She first started researching Mother Goddess. I went to temples with Professor Hoskins to translate. Afterwards, I always thought, why is it so cozy and cruisy in here? (laughs) Why are they asking me to come back? And then, back in the day, I thought about this divide, between it being a temple and them hitting on me. (laughs) And then years later, I realized, of course, there are no binaries.

I did my PhD, and did research mainly about art history and anthropology in Southeast Asia. And through art, I started making work about trauma and representation, which was really the first part of my life. My first academic book, *Return Engagements*, is on trauma and popular culture. Hence, my interest in pop music and the pop songs that I made. And then, the second part of my life really becomes about spirituality and sexuality, because I was really ill. In Korean, it's called *sinbyeong*, which is "shaman sickness". In Vietnamese, in my film, it's *căn*, which means "root". So, you have mystery ailments, either physical or mental illness, and I asked other people about how they got better and how they healed.

My question was:

Is illness actually an initiation?

Is illness an opening? I argue that it is. A thing about the show is this idea about knowing. Because you're working with the archives, what do we know, and how do we know? And now we're talking about these categories and that's, again, a very Cartesian, colonial, and capitalist reasoning. You have to categorize, so you commoditize. Categorize, commoditize. But there are other ways of knowing, or not knowing. So, you think you know something, you think you know yourself. I think, therefore I am. This is a kind of Cartesian framing. But then, what about other embodied forms of knowing, and also ancestral knowledge? And so, the second half of my life is really about Global South shamanisms, or global traditional healing wisdom, which I think takes on different forms. This knowledge is not citational, it's neither about quoting nor authority. It's more of an embodied, ancestral, magical knowledge. Yes, there's a lot of research, because I'm studying Chinese traditional medicine, and there are these ancient texts.

Arguably, Mother Goddess is Vietnam's oldest religion from the 16th century or earlier. So, my research, my art practice, and my spiritual practice are all, I feel, the same. I do ritual performances, which look like karaoke. (laughs) But I call it *QUÊer-aoke*.

So, back to this idea of knowing, I'm interested in your practice: as you engage with these different artists and archives, how has your idea of knowledge shifted?

TH: When I started to engage with the archive at the Schwules Museum Berlin, I went in with the intention to find something. But then, I thought, okay, why do I always expect an archive to house something that represents me? What do I miss while I spend my time criticizing what is absent?

At some point, it was really liberating to say, **when we talk about physical archives, we are just talking about that one room with some objects.** I realized that there is agency to contribute to an archive, if we wish to have a physical space. And even if not, the archive in itself is limitless if we think about it beyond walls.

My strategy has always been to start something and then let it loose, accepting that there will always be things that I will never be able to fully explain or understand. I think this is captured really nicely by the sonic materials in the exhibition. Sound can hold feelings that you cannot put into words sometimes. It carries so much that refuses to be fully archived. So, I'm interested in this refusal rather than producing an archive just for consumption.

I was thinking about visibility, and what materials can and cannot do. I also don't understand everything in the exhibition myself but by engaging with the artists and materials I was confronted with the various ways stories can be told and preserved. Yesterday, there was this researcher who came to see the show, and then they were like, "You know, not everything's explained." But then I thought this was actually a theoretical point that you don't have to. It's intentional that you don't explain everything.

VL: Derrida says the archive is filled with violence, and other post-colonial theorists say the whole point is not to explicate. But maybe you had another thing you wanted to say?

HNN: I also agree with you. But from my position, it's more about un-learning the knowledge, the way of doing research that I have learned from the past thirteen or fourteen years of living and studying here in Germany. When you discover all this knowledge, the first thing that I realized was that I cannot really access this knowledge with the attitude that I was having. For example, when you read this whole fable story or this religious story, you can find a way to understand it in a Western academic way. But in the end, I had the feeling that if I do that, I will reduce everything. I will lose this essence or the lesson of the stories. So this is just a way for me to unlearn when it comes to this kind of knowledge that I'm engaging for the exhibition.

Funded by the European Union (ERC, TODO, ID: 101043907). Views and opinions expressed are however those of the author(s) only and do not necessarily reflect those of the European Union or the European Research Council. Neither the European Union nor the granting authority can be held responsible for them.

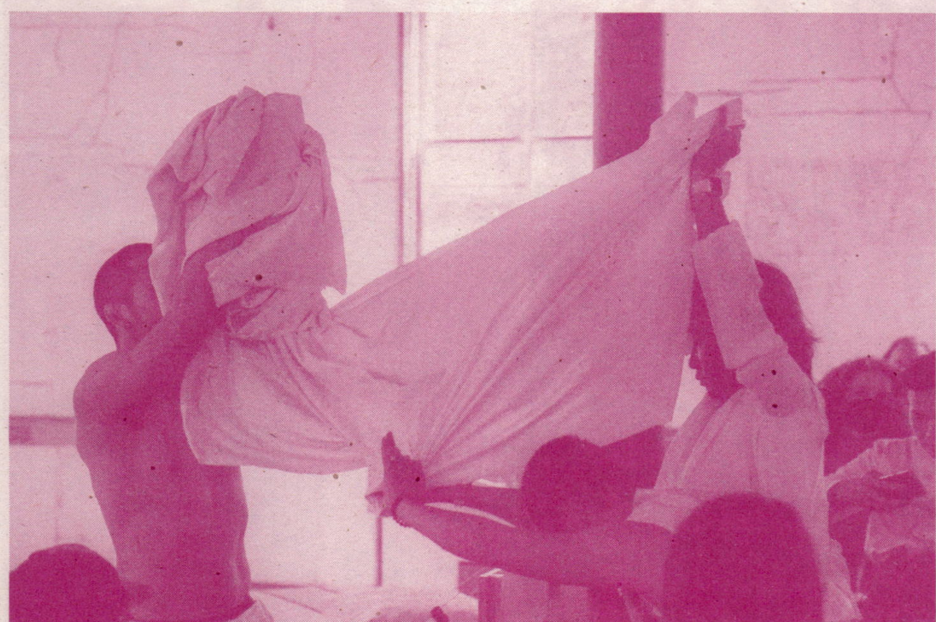

Việt Lê, Sô Young Chin & Johnny Huy Nguyễn, *Fine ritual performance*, 2024. Headlands April 30, 2024.

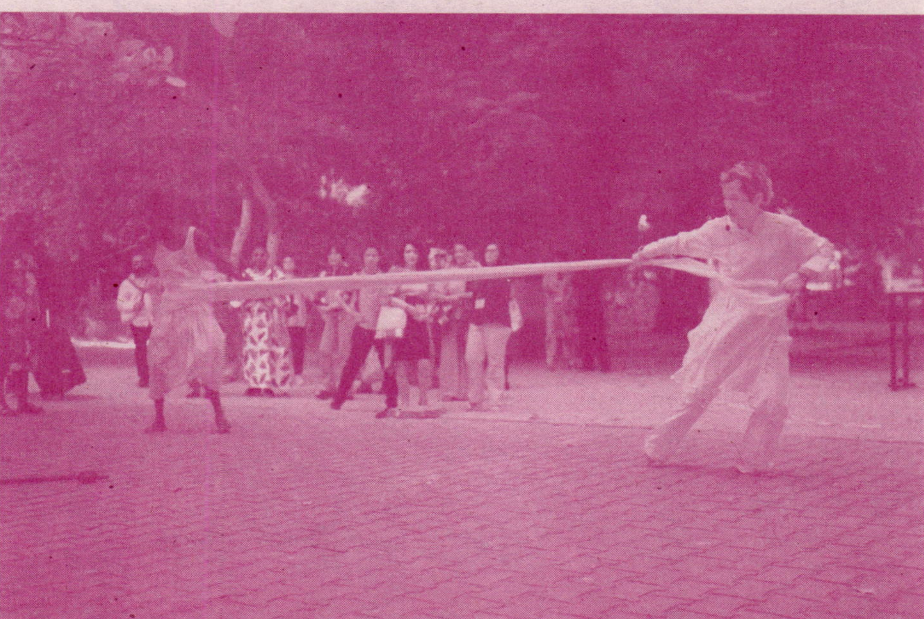

Việt Lê, with Demba Ndiaye and Yoro Diouff at Monod Museum, Senegal. Photo by David Kelley.

Anh Vo: There is a memory I want to share with you. The only time I've ever cried after a performance of mine was in Montreal. It was the very last performance I did at Montréal, arts interculturels (MAI). I headed to the dressing room and just started bawling uncontrollably.

There were many reasons for the crying, but a lot of it had to do with you. I felt so connected to you and the Vietnamese-Canadian presence that you helped bring to support my work. This was back in 2022, when I hadn't yet found a sense of **diasporic belonging** in New York City. I was also not as oriented within the performance scene in Vietnam myself, so I didn't feel held by that either. Somehow, in Montreal, that feeling of belonging snuck up on me and I really attributed that to you.

Kim-Sanh Châu: Thank you, Anh. I didn't know about that.

AV: I don't think I ever told you.

KSC: I'm very touched. At the time, I was surprised when you told me that there were not many Vietnamese people coming to see you perform. I imagine it has changed for you now, which is great. There are also a lot more Asian diasporic artists on stage, so there are more connections that have been built over the recent years. I'm seeing more and more people, like me, receive support from their cultural communities, which was not the case ten years ago. How do you feel about the transition,

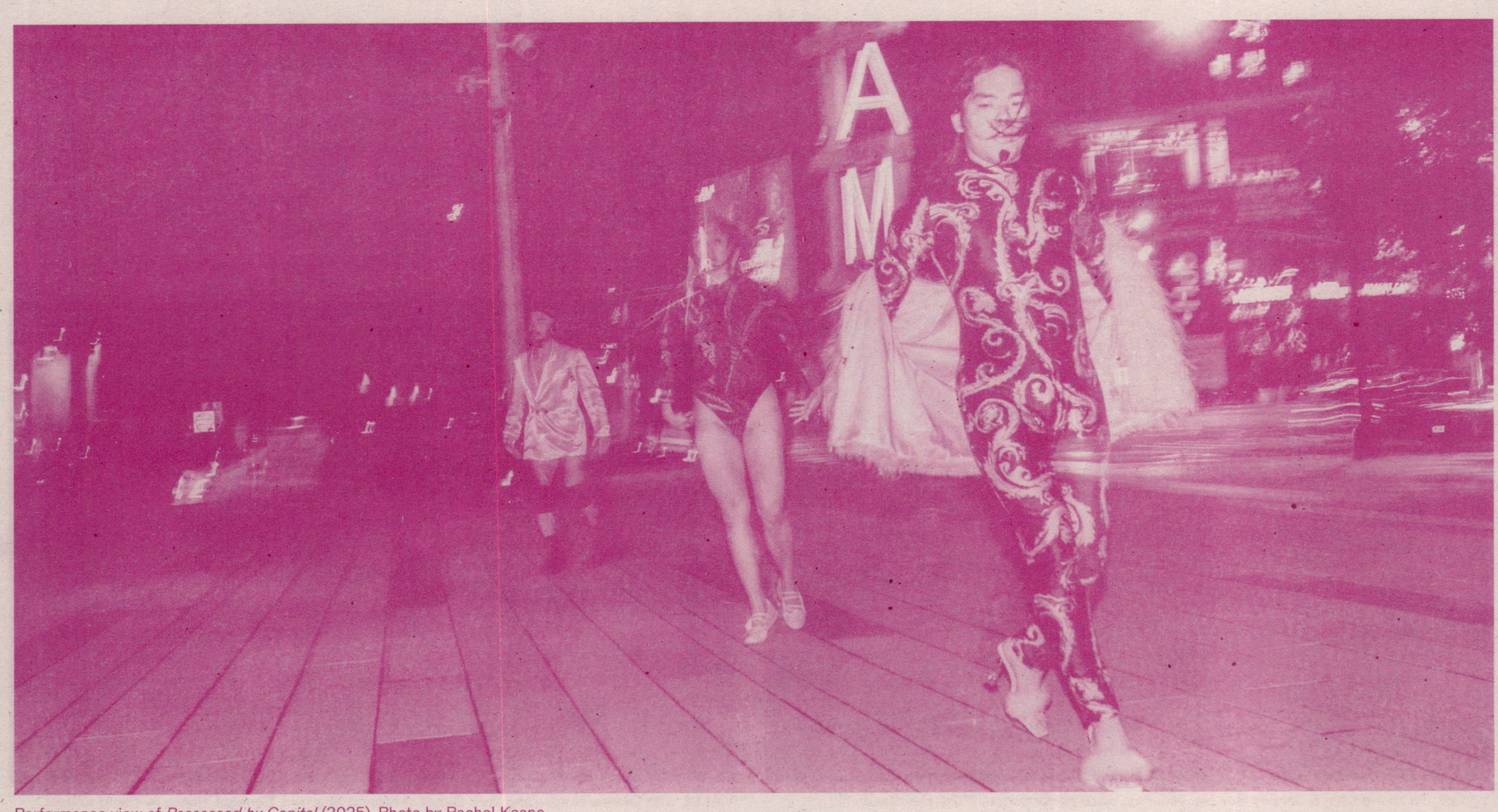

Performance view of *Possessed by Capital* (2025). Photo by Rachel Keane.

especially now that you have performed in Vietnam? You presented work I was surprised and impressed you managed to show in spite of the censorship. I don't know how you did that.

AV: I lost so much sleep last year trying to perform my 'real' work in Vietnam, which always involves some variations of nudity. I could fly under the radar of the cultural authorities before because I would show informal, in-progress works. But in 2024, my work was included in this large contemporary art festival, Nổ Cái Bùm, so we had to go through the proper channels and ask for a permit to perform. The organizers of that festival, Red and chị Bee, dealt with the police on my behalf and shielded me from them as much as possible. I don't even know what actually went down. I think the organizers were very smart in seeking permission for the whole festival and not individual events, and it got to the point where my performances had to be excluded from all official communications. When we risked it and performed anyway, the police just stood on the side watching, probably assuming that I had the permit.

The interesting thing about performing in Vietnam is that no one there cares about the parts of Vietnamese culture that my work draws from. They do not get fixated on identities like people do in the U.S. So, I get to just care about form and content, and follow my curiosity around real basic questions. Why does this utterance or this gesture accrue that meaning? What is the gap between my intention and people's experience of the work? Whereas, whenever I'm in the U.S., I feel compelled to make empty blanket assertions about what I do, like, "my work investigates identity and folk rituals and abstraction."

I imagine you work in quite similar ways. I am thinking of your piece *BLEU NEON*. In all the different iterations that I experienced, you

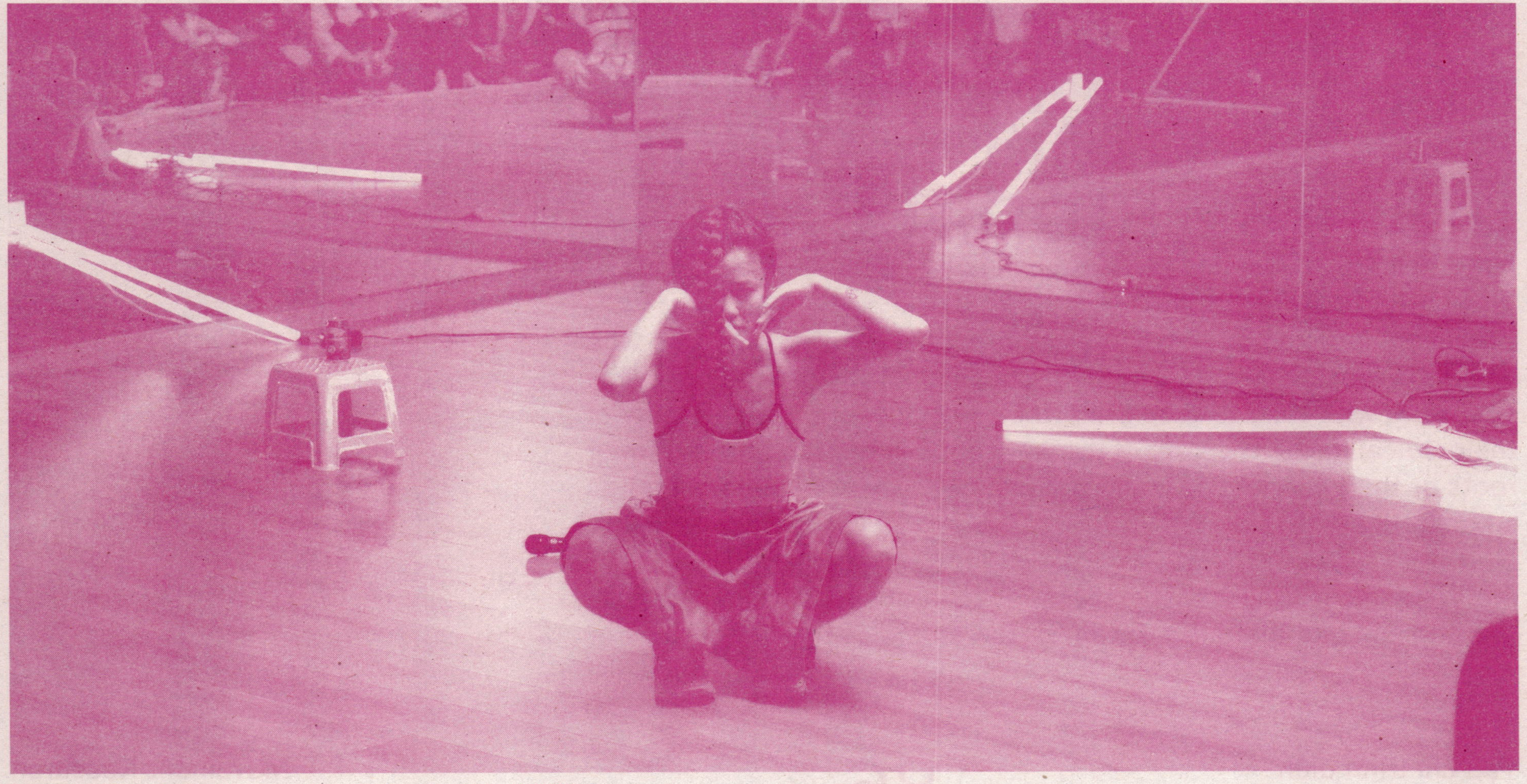

Kim-Sanh Châu performing *Bleu Neon* at Krossing Over Arts Festival in 2023.
Photo courtesy of Krossing Over Arts Festival.

would be squatting the whole time, for forty-five minutes or so, while performing this abstract Vietnamese rap. It was abstract not because you willfully composed the abstraction, but because it expressed your **real** relationship to the Vietnamese language. You were still learning it as you were rapping. It was so honest, and so elusive. That really spoke to me and helped me articulate my relationship to place, geography, and diaspora.

KSC: I have been working with my Vietnamese background since about 2015. Going back and forth to Vietnam is a big component of my artistic practice. I started with showing things from the eyes of someone who has never been to Vietnam and who I affectionately call **a tourist.** Then, when I had more political content in the work regarding Vietnam-ese-ness and Asian-ness, I found that I had to use my own voice. The work had to become personal, which sometimes bothers me. People make the shortcut of thinking that it's autobiographical when it's not really a show about me. I can't talk for an entire population, especially not those living in Vietnam. So, I usually take the stand of being a diasporic person, one who was born and raised in France, now lives in Canada, and who goes back and forth to Vietnam a lot.

My intention is not necessarily to talk about myself, but I find there is a lot of expectation for me to situate myself in the work from both the Western audiences and the audiences I've met on the Vietnamese side. I'm personally more interested in understanding the expectations from the Vietnamese side than pleasing the Western side, though I depend on Canada for funding, as most of my work takes place there.

AV: What is the Vietnamese expectation of your work?

KSC: For Việt Kiều, the overseas Vietnamese, specifically, I see a hope that I'm not just reproducing traditional Vietnamese images. That's why, with *BLEU NEON*, I chose Vietnamese rap because it was con-temporary. It was what was going on at the moment for young people. If you work with a medium that is current, I find it a little riskier. I imagine that the Vietnamese art community expects us to work with their world as it is now, and not just reproduce what our parents have transmitted to us. Here in Canada, the refugees from Southeast Asia all arrived at the same period of time, and you can definitely feel that **this is when memory stopped.** I've inherited a cultural memory stuck in the 1980s.

I feel very inspired by Asian people in Asia and outside of Asia who work with their cultural background. But mostly, I am inspired by people who work with their artistic craft, their weirdness, and the beauty of their radical ideas. The core of the work doesn't have to be about their roots or their connection to migration, even when it includes that as a background.

AV: What I'm hearing is that in diasporic performances, there are these Vietnamese signifiers like áo dài or the sound of the motorbikes or images of food that get mobilized in ways that feel empty. There is a difference between using the culture versus just making the work and letting the culture seep in.

KSC: Or at least doing something *about* the culture. Challenging it, not just using it as an object, but also giving it content.

AV: (laughs) **I'm so guilty of exploiting my culture.** For the past two, three years, I've been this champion of Vietnamese possession rituals.

KSC: I don't think so. Also, that's not what I'm saying. You don't just use and reproduce. It's part of your background, it's part of your instruments, and you do something with it, and then it gives it a meaning. I have this example of you making phở during your performance at the MAI. It's not just that Anh is making phở during their performance. By standing atop of a boiling pot of phở broth, Anh is challenging the idea of intimacy, sweat, and risk. Are you going to eat my phở?

AV: I do get weary of how that kind of inquiry gets so supported. 'They' want it. I get funding for it. Institutions like to see that kind of work, and then I get so protective. In a lot of recent talk-backs I've done, there has been this demand to explain what possession rituals are and what else I'm drawing from. And I feel the need to respond, to speak in this abstract way, and to lean into my intellectual maneuvers to not have to confess my culture. I'm also thinking of you pulling away from this confession of Vietnamese-ness and working with a mixed cast in your current project.

KSC: I've been working on a new show where we squat a lot. It comes from *BLEU NEON*. I find it very hard to actually use less Vietnamese references. Maybe I'm so used to it and don't know anything else. Maybe I'm stuck. One thing I can tell you is that since I'm working with less Asian references, I have much more trouble getting the funding.

AV: It is so complicated when you shuttle back and forth to Vietnam but have to rely on money from the West. My whole model is basically funneling money from the US, mostly private philanthropy, however much I can, to support my work in Vietnam, which also ripples out to other artists in Vietnam. But then at the end of the day, I need to report to the funders in the US somehow and keep them interested.

KSC: **It's hard to always be in the middle.** Whenever I'm in the middle, I try not to compromise on integrity, but it is hard. These are two worlds that are completely different.

I wanted to add one thing about the new work. Even though I'm going to premiere it here in Canada, my desire has been to develop and present it in Asia. I don't do the show just for a white Canadian audience. I imagine myself being in Vietnam and explaining what we're doing, how it's not just about me being originally from Vietnam and the diasporic story that is common for so many people. I imagine explaining why we squat this way, and how we touch on intimacy and weirdness. All the choices that I make in my process, I make them because I imagine that I'm going to present the work there, and I'm going to talk to the Vietnamese art community.

AV: That imagined audience is so real! It's also fantastical, because you're just making it up in your head, but it has real consequences in the work. That's why it's so important for me to go back and forth to Vietnam, even though it's becoming more physically impossible. My health can barely tolerate that thirty-hour trip. But it also reminds me of the question you asked me about how performing in Vietnam changed my work, because it changed my imagined audience in ways that I cannot fully articulate yet. The next project that I'm doing is rooted in Ca Trù, a northern Vietnamese chamber music tradition with a tumultuous history. I'm working with two folk musicians in Hanoi and I'll be bringing them to New York City this spring. But it's so important to me that the project's first draft be shown in Hanoi in January.

Having the imagined Vietnamese audience in mind changed my relationship to provocation, for example. I no longer so much feel a desire to fuck with things, to be so polemical.

KSC: How do you feel about living in the U.S. when you're in Vietnam?

AV: For various reasons, I can only make the work that I want if I'm not in Vietnam. That has been a really brutal and painful realization. I've always known it unconsciously. That's why I escaped from a young age. Within the Vietnamese context, my work is too sexual, too political, and also too abstract. The cultural police don't like things that they don't understand, because then they feel paranoid that you are speaking behind their back. I tick all the boxes of what you shouldn't do in Vietnam.

I went through this phase where I told myself that I don't need Vietnam. And then, after performing in Montreal and being supported by people like you, it hit me that I actually do have this deep desire to show my work to 'my people.' Still, the fear of persecution is so real.

KSC: Here in Montreal, the development of artistic collectives or projects that center around Asian-ness has really risen. Especially this year, there were a lot of activities going on because of the fitieth anniversary of the end of the Vietnam War. Ten years ago, there was no Vietnamese art community in Montreal. Five years ago, we were a small community of people who didn't behave like a community. We were not structured, but I knew all the Vietnamese people in dance, cinema, theater, etc. Now, there is a subculture within the culture. We have different organizations. Some of them you relate to, some of them less so.

Diasporic Southeast Asians, especially Vietnamese people, are very present in Montreal. It's hard even for me to follow what's going on. I see the beauty of support, solidarity, and community—but I also see friction. Now, when I perform here in Montreal for 'my people', diasporic kids from Southeast Asia, there's actually not one type of people. There are subgroups with different stakes and feelings and approaches to what our artistic and social inputs are as Southeast Asians in Montreal.

AV: I cannot relate. We don't have that in New York City. Even as we're working on this publication right now, there's not much happening around the fitieth anniversary of the war in the performance world. There's a lot of stuff in other fields—there's a big Vietnamese American literary scene—but for performance, it's kind of non-existent.

KSC: Well, that's one more reason for you to come visit Montreal then.

AV: There are definitely no subgroups within groups—we barely have *a* group. It's a lot of solitude, though I find some relief in not having to navigate identity politics and being able to just focus on making my work and following my curiosity. This conversation makes me think about the segregation in Vietnam between the local Vietnamese, the Việt Kiều and the expats. None of them really speaks to one another.

KSC: For sure. Language barrier is one big factor for me. As much as I want to connect with the local Vietnamese in Vietnam, it's really hard.

AV: Do you have a concrete plan for bringing your new show to Vietnam at the moment?

KSC: I have no concrete plan, but I went to Vietnam in April. Basically, I want to do a version in Canada in March 2026 with a Canadian cast, and then I want to go to Asia and work with a Vietnamese cast. Of course, there's the logistics: it's less people to fly over, less expensive, better for the environment, etc. But also, I understood very early on that working in Vietnam was an essential part of my work. When I go to Vietnam, it really challenges everything I'm doing here in Canada. It makes me give up the things I do through mimetism.

In my creative process, there are things that I do just because that's what I see. I don't question it that much. But when I go to Vietnam, the performers constantly question why I ask them to do this or that.

I have to have a good reason.

It can't just be like, "oh, because it's cool."

I always feel very inspired by the artists and the works I see in Vietnam. I know Vietnamese artists don't have the same means to produce. But the piece we saw of Rab, for example, where she is building a shelter...

AV: Yes! With so many red threads...

KSC: That stayed with me—the amount of time to do that, how meticulous it was, the focus. I am inspired by the texture and quality of the work, which I find to be more Vietnamese than using a cultural reference. Even though it's not readable to an audience that doesn't know anything about Asia.

AV: Yeah. That piece,

mơ nằm trời đan lưới,

stays with me too. It destabilized my own assumption of what performance is. It was so nonchalant. There was no real start, no real ending.

KSC: Rab was, at the same time, very relaxed, very focused, very dedicated to what they were doing. I really enjoyed it.

AV: I'm learning a lot from you, seeing how you develop your work in such a modular way. When I brought my work to Vietnam last year, I worked with two local performers for a month before coming together with my US-based cast whom I flew in later. This winter, for this next project, I'm also working with a local performer. But I feel so vulnerable working with Vietnamese people. It's really hard for me.

KSC: Because I'm a Việt Kiều and I don't speak the language, when Vietnamese people give me feedback, they're a bit shy. Whereas maybe with you, you understand everything.

On the other hand, when I work with dancers, I can ask, "Is it a good idea to use this tool?" and they respond more freely, yes or no. If they say "no," I reply, "Okay, great; let's move on." It's a very efficient way to have a direct conversation about the core of the work without going through superficial politeness.

AV: People there are not very polite. They don't try to take care of your feelings. They just give it to you straight, and it's so intense. I think it's important to bring that intensity in to not fetishize the difference in contexts.

Whenever I feel like someone is going to give me feedback, I deflect. I'm not ready, ever. Growing up in Hanoi, which is a very shame-based and judgmental environment, I find most feedback to be quite triggering. For example, I did this improvisational duet with my friend Ethan Philbrick in a bamboo forest in Hoi An in 2024. Right after I finished the performance, this person, maybe ten years younger than me, came up to me and said, "That was so great, but I don't understand why you would end it that way. It was too neat." I was shocked, completely flabbergasted. I had just barely finished my performance and was still naked, both physically and emotionally.

KSC: That reminds me... A long time ago, when I performed in a theater in Vietnam, a Vietnamese dance teacher criticized Việt Kiều artists for bringing Western art back into Vietnam in a colonial way. At the time, I couldn't fully understand the comment. I didn't speak Vietnamese well, and more than ten years ago there wasn't as much general awareness around postcolonial practices. But I think about that moment often, because I do sometimes feel inherently stuck. Contemporary dance is, in many ways, a Western form. We can try to decolonize our practices as much as possible, but we still carry certain codes around how we think, how we rehearse, and how we structure a process. I feel both resistance and curiosity from Vietnamese artists toward that. There's a kind of love-hate relationship.

That's why I feel uncomfortable being asked to teach simply because I bring in ideas from the West. I want to tell them that my process isn't better than theirs. It's just different.

AV: I agree that in Vietnam, there's a real desire and fetish for what comes from the West, and not without resistance. It's so ambivalent.

What you're speaking to is this friction between contemporary dance being brought from the outside by Việt Kiều and the stuff that grows locally. But it's not just friction; there are also sparks of desire and collaboration. It's really difficult to hold all of it together.

So much of contemporary avant-garde art in Vietnam grows out of Đổi Mới, this moment when the country is opening up to the world in the late 1980s and early 1990s. Sparks of Western ideas began coming in, but they entered in a bastardized way, so people made their own meanings out of these ideas and did stuff that were so Vietnamese. That's basically one origin story of Vietnamese performance art: Amanda Heng's workshop at the Vietnam University of Fine Arts in Hanoi. My hope is that people can take a step back and examine why they feel certain ways when things come in from the West—why certain things spark desire, and why, in other contexts, they instead spark resistance.

Issue 62
Autumn 2025/Winter 2026

91

Số 62
Thu 2025/Đông 2026

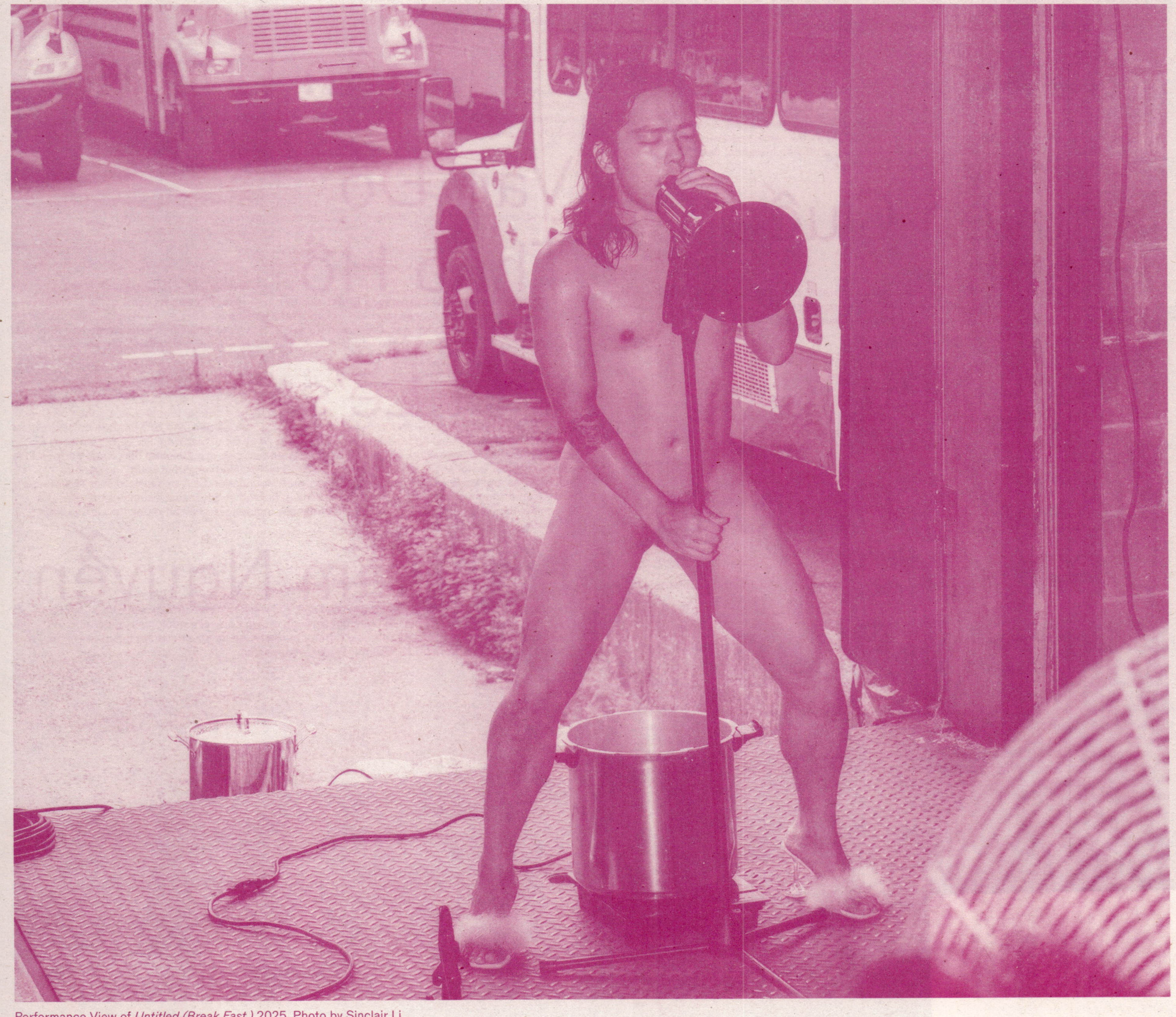

Performance View of *Untitled (Break Fast,)* 2025. Photo by Sinclair Li.

Anh Vo

Based in Brooklyn and Hanoi, **Anh Vo** is a Vietnamese choreographer and writer working in the expanded field of performance.

Lyon Dat Nguyen

is a movement artist and dance educator based in Vietnam. He's passionate about all things dance: practice, theory, history, film, and writing, and is always looking for new ways to share that passion with his Vietnamese community.

Đỗ Tường Linh

is an independent curator, researcher, and writer with academic training from VNUFA, SOAS (Alphawood Scholar), and Bard CCS (2025). Her work since 2005 spans the 12th Berlin Biennale and diverse exhibitions and collaborative art projects across Vietnam, Southeast Asia, Europe and beyond.

Nguyễn Minh Phước

is a Hanoi-based multimedia artist whose socially engaged practice spans video, performance, and installation, and who co-founded the influential independent art space Ryllega Gallery (2004–2008).

Ly Hoàng Ly

(real name Hoàng Ly) is the first woman visual artist in Vietnam to practice performance art and poetry performance. Her multidisciplinary practice includes poetry, painting, video, performance art, artist's books, sculpture, installation, and public art.

Châu Kim-Sanh

(she/her) is a Vietnamese-French dance & film maker, as well as a cultural worker. Her stage creations have been presented at the MAI, Tangente, l'Arsenal, l'Écart (Canada), Krossing-Over (Vietnam), Performance Curator Initiatives (Philippines), and SIDance (Korea), among others. She is currently working on a group piece named SQUAT, which will premiere at Agora de la danse (Montréal) in March 2026. Châu is regularly involved with the Vietnamese/Asian art communities, at the moment with the Centre culturel vietnamien and Super Boat People collective. From 2018 to 2024, Châu was an associate artist at Equivoc'. In 2024, she founded her own company *MIDLAND* which produces her artistic work. Châu is also the artistic director at Studio 303, a creation centre supporting independent art makers (in dance and performance mostly.)

Luu An

(b.1991) (also known as Phan Trọng Nghĩa), is an independent artist, illustrator, and organizer. Finding a sense of belonging in the Queer community, whose voices, lifestyles and practices have been marginalized, Luu An chooses a cautious, considerate approach, manifested in acts such as recreating a new name, redrawing the bounds of language, tracing behind shifting presences, collecting and archiving historical documents, marginal stories and memories left out of the mainstream discourses.

Nguyễn Quốc Thành

, Hanoi based artist, curator, co-founding member of Nhà Sàn Collective and its curator board member. Since 2013, his ongoing project *Queer Forever!* has been carried out as a pop-up cinema, zine workshop, kitchen, sewing room, lodging, reading sessions - spaces of queer looking and loving.

Đinh Nhung

describes themselves as a professional amateur. Their work centers on collecting stories, objects, artworks, and slang from women and queer communities, often shared through online LGBT archives, the Unstraight Museum, lexicons of queer and sexuality, and films. Since 2015, Nhung has developed projects such as *Vagina Talks* and *A Queer Museum* through participatory workshops and exhibitions.

Nguyễn Phương Linh

is an artist from Hanoi Vietnam. She is one of the board members of Nha San Collective.

Phương Phan

is an art historian and social anthropologist whose work examines the social lives of objects and images, with a particular focus on how material culture mediates ideology, affect, and everyday practice. She is currently completing a PhD in Social Anthropology, where her research investigates the socialist social life of propaganda posters, tracing how images circulate between state projects, intimate spaces, and lived experience, and how people engage with, reinterpret, and repurpose them over time. In parallel with her doctoral research, she works as a curator on the Guggenheim Abu Dhabi Project, where she contributes research-driven perspectives to exhibition development, acquisitions, and curatorial frameworks, particularly in relation to global modernisms, political imaginaries, and transnational cultural histories.

Nguyễn Xuân Sơn (SơnX)

is one of the few experimental music composers with a profound knowledge of Vietnamese traditional art and local culture. Upholding freedom of expression, eliminating the barrier of prejudice, he has always interrogated social and personal issues: from the past, to the present, to the future, to then look for the answers by the route of his art.

Tam Thi Pham

is a Vietnamese multimedia composer, improviser, and performer based in Hamburg, Germany. By merging technology and tradition, poetics and politics, and the sonic and visual realms, Pham creates an integrated mode of expression where music and performance are indivisible parts. Since 2023, She has taught a dan bau at the Hochschule für Musik und Theater Hamburg. Since 2025, she has been chairwoman of Hörbar e.V. collaborating with a dedicated team to present experimental music concerts in Hamburg. Her works have been presented at festivals across Asia and Europe, highlighting the international resonance and originality of her artistic voice.

Vũ Đức Toàn

(b. 1982) is an artist currently living and working in Hanoi. He graduated from the Vietnam University of Fine Arts in 2007. His practice spans a wide range of contemporary art forms, including performance, installation, theater, writing, and curatorial work. He has served as a member of the Nhà Sàn Collective since 2014 and a curatorial board member of Á Space since 2023.

Trà Nguyễn

is a theater-maker and screenwriter based in Vietnam. Her works span theater and interdisciplinary story telling, often probing silence, memory, and the psychological depths of kinship. Trà has earned her MFA in Dramatic Writing at Carnegie Mellon University on a Fulbright scholarship.

Bùi Duy Thanh Mai

is an independent and in-disciplinary researcher. Her practices involve experimenting with verbal and non-verbal materials, exploring modes of dialogue with communities to investigate how people exist and relate to one another. She graduated with degrees in Philosophy, Education and Asian Studies at Union College.

Trần Lương

Born in Hà Nội in 1960, is a performance and visual artist, independent curator, and major figure in creating space for critical contemporary art in Vietnam. In 2020, he co-founded the Center for Art Patronage and Development (APD), focusing on intersecting activities between artistic development and social development.

Vân Đỗ

is a curator and writer based between Vietnam and Thailand, whose practice sits at the intersection of site, performance, and archive.

Thảo Hồ

is a researcher and archivist. She is a PhD candidate at Humboldt-Universität zu Berlin as part of the research project *Tales of the Diasporic Ordinary* led by Prof. Dr. Elahe Haschemi Yekani. Her research focuses on memory and alternative modes of archiving. Thao Ho was a research trainee at Schwules Museum Berlin where she focused on transnational queer movements, intersections of archival, artistic and activist practices.

Việt Lê's

creative and critical practice as a queer, disabled artist (living and working in—and in-between—Sài Gòn, Little Saigon, and SF) focuses on sexualities, spiritualities–the physical and the metaphysical. After 24 years of teaching, Dr. Lê retired early to focus on their spiritual calling. Their hybrid projects encompass experimental film, ritual performance, power objects/ installations and text towards a healing. Focused on global south indigenous shamanisms and knowledge traditions, Lê's non-profit foundation SEA sạ seeks to share resources and wisdom among artists, healers, and researchers. Rooted in Southeast Asian cosmologies, Lê continues their training and practice as a Vietnamese indigenous shaman-monk through various mediums.

Hải Nam Nguyễn

is a curator based between Germany and Vietnam. His work focuses on topics such as history of contract workers in former East Germany through oral history methodologies, queerness in Southeast Asian context. He was a guest curator at the Museum für asiatische Kunst at Humboldt Forum and currently working at Skulptur Projekte Muenster.